എന്നെ വിശ്വസിക്കരുത്

AF748342

INSIGHT PUBLICA

Nadakkavu, Kozhikode, Kerala, 673011
www.insightpublica.com
e-mail: insightpublica@gmail.com
Title: **Enne Viswasikkaruth**
Author: **Cinasha**
First Edition: January 2024

Printed and Published by
InsightinPublica Printers & Publishers Pvt. Ltd.
ISBN 978-93-5517-927-2
₹189

എന്നെ വിശ്വസിക്കരുത്

സിനാഷ

INSIGHT PUBLICA

സിനാഷ

ജനനം 2007 ഒക്ടോബർ 29. കാഞ്ഞങ്ങാട് ജി എച്ച് എസ്സ് എസ്സ് ബല്ല ഈസ്റ്റ് പതിനൊന്നാം ക്ലാസ്സ് വിദ്യാർത്ഥിനി. അച്ഛൻ ശ്രീകുമാർ, അമ്മ സ്മിത. പ്രസിദ്ധീകരിച്ച പുസ്തകങ്ങൾ-The Mysterious Forest, Song of the River, A Girl and the Tigers, പൂവണിയുന്ന ഇലച്ചാർത്തുകൾ, കടലിന്റെ രഹസ്യം, ഒരു തളിരിലയും ഒരു തുള്ളി നിലാവും, ചെമ്പനീർപ്പൂക്കൾ, കാട്ടും കനവും, പച്ചനിറമുള്ളവൾ (നോവലുകൾ), വസന്തം എന്ന പെൺകുട്ടി, എന്നെ വിശ്വസിക്കരുത്, മഷിയുടെ അനാട്ടമി, വാഴ്‌വിന്റെ പാപഭാരം, കാലിഗ്രാഫി (കവിതാസമാഹാരം) സിനാഷയുടെ പുസ്തകം (നിരൂപണം)

അംഗീകാരങ്ങൾ

കേരള സർക്കാർ ഉജ്ജ്വലബാല്യം പുരസ്കാരം 2020, റോയൽ കോമൺവെൽത്ത് സൊസൈറ്റി കോമൺവെൽത്ത് ഗോൾഡ് അവാർഡ് - (QCEC 2021) ഇംഗ്ലീഷ് കവിതയ്ക്ക്, എൻ എൻ കക്കാട് അവാർഡ് 2021, ഭീമ സ്വാതികിരൺ ബാലസാഹിത്യ പുരസ്കാരം 2022 (ഒരു തളിരിലയും ഒരു തുള്ളി നിലാവും എന്ന നോവലിന്), പി വി കെ കടമ്പേരി അവാർഡ് 2022 (സമഗ്ര സാംസ്കാരിക സംഭാവനയ്ക്ക്), മുല്ലനേഴി ട്രസ്റ്റിന്റെ വിദ്യാലയ കാവ്യപ്രതിഭാ പുരസ്കാരം 2022, മാധ്യമം കഥാ പുരസ്കാരം 2022, സമസ്തകേരള സാഹിത്യപരിഷത്ത് സാഹിത്യ പുരസ്കാരം (2022) കഥ, കവിത എന്നിവയ്ക്ക്, ടി വി കൊച്ചു ബാവ സ്മാരക കഥാ പുരസ്കാരം 2022, മഹാകവി ഉള്ളൂർ സ്മാരക കവിതാ പുരസ്കാരം 2022, കലാമുദ്ര പേരാമ്പ്ര സാഹിത്യ പ്രതിഭാ പുരസ്കാരം 2022, ദേശാഭിമാനി അക്ഷരമുറ്റം സംസ്ഥാന മെഗാ ഫൈനൽ 2022 ലും 2023 ലും കവിതയിൽ ഒന്നാം സ്ഥാനം, ലെനിൻ ഇറാനി കവിതാ പുരസ്കാരം 2022, കിനാലൂർ കേളുട്ടി മാസ്റ്റർ സ്മാരക കവിതാപുരസ്കാരം 2022, സംസ്ഥാന സ്കൂൾ കലോത്സവം 2023 ലും 2024ലും കവിതാ രചനയിൽ എ ഗ്രേഡ്, സംസ്ഥാന സ്കൂൾ കലോത്സവം 2023 ൽ മലയാളമനോരമ സാഹിത്യ പ്രതിഭ സ്വർണ്ണമെഡൽ, വയനാട് പെരിക്കല്ലൂർ ഗവൺമെന്റ് ഹയർസെക്കണ്ടറി സ്കൂൾ സാഹിത്യ വേദി കവിതാ പുരസ്കാരം 2023, ഏറ്റവും കൂടുതൽ പുസ്തകങ്ങൾ പ്രസിദ്ധീകരിച്ച ഇന്ത്യൻ കൗമാരം എന്ന ഇന്ത്യ ബുക്ക് ഓഫ് റെക്കോഡ്, പി ജെ ആന്റണി ഫൗണ്ടേഷൻ അഖില കേരള ഗാന രചനാമത്സരം 2023 ൽ ഒന്നാം സ്ഥാനം, പാലക്കാട് പ്രവാസി സെന്റർ സർഗ സമീക്ഷ കവിതാപുരസ്കാരം 2023, കേന്ദ്ര ജി എസ് റ്റി വകുപ്പിന്റെ കവിതാ പുരസ്കാരം 2023, കഴിമ്പ്രം ജനകീയ സാഹിത്യ വേദി കുഞ്ഞുണ്ണിമാസ്റ്റർ സ്മാരക കവിതാ പുരസ്കാരം 2023, കൊൽക്കത്ത മലയാളി സമാജം തുഞ്ചൻ സ്മാരക ട്രസ്റ്റുമായി ചേർന്ന് നൽകുന്ന തുഞ്ചൻ സ്മാരക കവിതാ പുരസ്കാരം (2023), കെ എൽ 44 സാഹിത്യ വേദിയുടെ പ്രത്യേക ജൂറി കവിതാ പുരസ്കാരം 2023 വസന്തം എന്ന പെൺകുട്ടിക്ക്. സംസ്ഥാന സർക്കാർ ശിശുക്ഷേമ സമിതിയുടെ ഒ.എൻ.വി സാഹിത്യ പുരസ്കാരം 2023 (ചെമ്പനീർ പൂക്കൾ എന്ന നോവലിന്).

വിലാസം:

ഇന്ദ്രവല്ലരി, നെല്ലിക്കാട്ട്, കാഞ്ഞങ്ങാട്

ബല്ല (തപാൽ), കാസറഗോഡ് ജില്ല, പിൻ: 671531

ഫോൺ: 9497842169, email: cinashabom@gmail.com

ഉള്ളടക്കം

തവിട്ടു ചായത്തിനപ്പുറം*

തവിട്ടു കുന്നുകൾ, പാടങ്ങൾ.
അസ്തമയത്തിന്റെ നദികൾ.
എന്റെ പെയിന്റിംഗ് ബ്രഷിൽ
തവിട്ടുചായത്തിന്റെ മിടിപ്പുകൾ.
പാതി നിലാവു നിറഞ്ഞ്
മറുപാതി ഓർമ തുളുമ്പിയ
ഏതോ ഒരു പാതിരാവിലാണ്
ചിത്രങ്ങൾക്കപ്പുറത്ത്
നിന്റെ തവിട്ടു കണ്ണുകൾ
ഞാൻ കണ്ടെത്തിയത്.
കാലത്തിന്റെ പടവുകളിൽ
മുറിഞ്ഞുമുറിഞ്ഞൊരു നിഴൽ.
പകലിന്റെ ഇടനാഴിയുടെ
അങ്ങേ തലയ്ക്കൽ നിൽക്കുന്ന രാത്രി.
പതിയെപ്പതിയെ
എന്റെ ചിതറിയ വരകൾക്കിടയിൽ
നീ തെളിഞ്ഞുതെളിഞ്ഞുവന്നു.
എന്റെ ഹൃദയം താളംതെറ്റി.
നിവർത്തിവെച്ച സ്വപ്നങ്ങളിൽ
തവിട്ടുചായക്കുപ്പികൾ
ഒന്നൊന്നായി തട്ടിമറിഞ്ഞു.
കർത്തൊനാഷ് നീക്കി നീ
കയ്ച്ചുവറ്റിയ ചിരി ചിരിച്ചു.
മരണത്തിന്റെ മലഞ്ചെരിവിൽ
ഇലകൾക്കിടയിൽ പരസ്പരം കവർന്ന

---

* പതിനാറ്, പതിനേഴ് നൂറ്റാണ്ടുകളിൽ ഈജിപ്ഷ്യൻ മമ്മികളിൽ നിന്നും നിർമിക്കുന്ന മമ്മി ബ്രൗൺ (Mummy Brown) എന്ന ചായം പ്രചാരത്തിൽ വന്നു. മമ്മിക്കച്ചവടം വല്ലാതെ വർധിച്ച്, ഈജിപ്ഷ്യൻ മമ്മികൾക്കു ക്ഷാമമായി. അപ്പോൾ അടിമകളുടെയും കുറ്റവാളികളുടെയുമൊക്കെ ശവശരീരങ്ങളെടുത്ത് മമ്മിയാക്കി, ചായമുണ്ടാക്കിത്തുടങ്ങി. പത്തൊൻപതാം നൂറ്റാണ്ടോടെ ഇത് തിരിച്ചറിഞ്ഞ ചിത്രകാരൻമാർ, ഈ ചായം ഉപേക്ഷിക്കുകയായിരുന്നു.

മമ്മികളുടെ മാസ്കാണ് കർത്തൊനാഷ്. ശവപ്പെട്ടിയാണ് സാർകോഫാഗസ്.

എന്നെ വിശ്വസിക്കരുത്

നമ്മുടെ ചുണ്ടുകളുടെ ആകാശത്തിന്
ഉള്ളിലെ മേഘങ്ങൾ തവിട്ടു പകർന്നു.
നോവു പാകിയ നിരത്തുകളിൽ
നിന്റെ പോയകാലം
വെയിലത്തുരുകിയുരുകിക്കിടന്നു.
സാർകോഫാഗസിനകത്ത്
പിളർന്നൊരു ഹൃദയത്തിന്റെ
തുടിപ്പു ഞാൻ കേട്ടു.
ക്യാൻവാസിന്റെ അതിരുകൾക്കിപ്പുറം
വേനലിനും
തവിട്ടിന്റെ നീറ്റൽ.

ഇഷ്ടം

എന്റെ മൂളിപ്പാട്ടിൽ നിന്നും
നിന്റെ പുഞ്ചിരിയിലേക്ക്
പിസ്തത്തോടുകൾ പാകിയൊരു പാത.
നമുക്ക് വെറുതെ നടക്കാം.
ഒരു കപ്പ് കാപ്പിയിൽ
ആകാശത്തേക്ക് തുഴഞ്ഞുപോകാം.
മേശപ്പുറത്ത് തട്ടിമറിഞ്ഞ
ഇത്തിരി മധുരത്തിൽ
പടർന്നുപടർന്ന് വസന്തങ്ങൾ.
ചിരിക്കുന്ന കെയ്ക്കിന്റെ
വേലിക്കൽ നിന്ന്
ഒരു കട്ട വെണ്ണയുടെ
എത്തിനോട്ടങ്ങൾ.
നമുക്കും ഒളിച്ചുകളിക്കാൻ കൂടാം.
കിനാവു നിറയെ ചോക്കലേറ്റ് തൂവാം.
സ്പൂണിന്റെ ഓർമകളുടെ
മങ്ങിയ തിളക്കത്തിൽ
നാരങ്ങച്ചായയയുടെ
അടിത്തട്ടിൽ ചെന്ന്
വെളിച്ചം കട്ട് മടങ്ങാം.
വിരൽത്തുമ്പിലൊരു വീഞ്ഞുകാലം.
പൂക്കൾ, പഴങ്ങൾ.
ഇഷ്ടം.

വിശപ്പ്

ബസ്സ് പുറപ്പെടുന്നു.
ഓർമയും വെയിലും
ഓറഞ്ചും മണക്കുന്ന കാറ്റ്
എന്റെ മുടിയിഴകളെ പറപ്പിക്കുന്നു.
പിന്നോട്ടോടുന്ന കടകളിൽ
നൂറ്റുനൂറു നിറങ്ങൾ.
മധുരിക്കുന്ന ചുവപ്പ്.
അലിയുന്ന മഞ്ഞ.
കൊതിപ്പിക്കുന്ന പച്ച.
ഓരോ നിറത്തിലും ആളിപ്പിടിക്കുന്ന
ഒറ്റത്തീയെ പങ്കിട്ട്
നമ്മൾ പരസ്പരം ചിരിക്കുന്നു.
വാക്കുകളിൽ നിന്നും
സ്വപ്നങ്ങൾ അടർന്നുവീഴുന്നു.
ഞാനത് കൈപ്പിടിയിൽ നിറയ്ക്കുന്നു.
നീ സീറ്റിനടിയിലിട്ട് ചവിട്ടിക്കളിക്കുന്നു.
നമുക്കിടയിൽ
ഒരു വേനൽ നീളത്തിൽ
നീലാകാശം നിവർന്നുനിവർന്നുവരുന്നു.
മേഘങ്ങൾക്കിടയിൽ
എല്ലാവരും മാഞ്ഞുപോകുന്നു.
മുറിവുകൾ ബാക്കിയാക്കി
പിടിവിട്ടുപോയതൊക്കെയും
ബസ്സിലെ ശൂന്യതയിൽ
അവിടവിടെ തെന്നിപ്പറക്കുന്നു.
തീ പടർന്നുപടർന്ന്

എന്നെ വിശ്വസിക്കരുത്

നമ്മുടെ ചിരികളെ ചാരമാക്കുന്നു.
ശ്വാസം വിങ്ങുന്നു.
ചിന്തകളിലെന്തോ കരിഞ്ഞുമണക്കുന്നു.
ഭൂമിയുടെ കൈവെള്ളയിലെ
പാതിമാഞ്ഞ വരകളിലൂടെ
ബസ്സ് പിന്നെയും
ഓടിക്കൊണ്ടേയിരിക്കുന്നു.
മിന്നൽപ്പിണരുകൾ നോവുന്ന
തലകൾ ചേർത്തുവച്ച്
നമ്മൾ പതുക്കെ കരഞ്ഞുതുടങ്ങുന്നു.

യുദ്ധകാലം

ഭൂമിയൊരു കുപ്പി
ആകാശമെടുത്ത് മോന്തിയ നേരത്ത്
ലയണൽ മെസ്സി നടക്കാനിറങ്ങി.
കറുത്ത നിഴലുകൾ
മേഘങ്ങളെ തൊടുന്നതും
മരിച്ച തെരുവുകൾ
ശ്വാസം വരയ്ക്കുന്നതും
കണ്ടുകണ്ട്
അയാൾ നടന്നു.
രാത്രിയും പകലുമെവിടെപ്പോയി?
പോകുന്ന പോക്കിൽ
അയാൾ വെറുതേ തിരഞ്ഞു.
മൈതാനങ്ങൾക്കപ്പുറത്തെ
മുള്ളുവേലിയിൽ ഹൃദയമുടക്കി
സൂര്യൻ മരിച്ചുപോയത്
ഇന്നലെയാണ്.
ഒച്ച വറ്റിയ കിളികളും
അനക്കമറ്റ ഇലകളും
അയാളെ മിഴിച്ചുനോക്കി.
സ്വപ്നങ്ങളുടെ ചാരത്തിൽ നിന്നും
ഒരു പന്ത് ഉരുണ്ടുവന്നു.
അയാൾ നിന്നു.
ഒരു നിമിഷം.
അതിർത്തി കടന്നുവോ?
തല കുനിച്ചുപിടിച്ച്
അയാൾ തിരിഞ്ഞുനടന്നു.
പകച്ച കണ്ണുകളിൽ കരിങ്കടൽ മൂടിയ
ഒരു മുറിവേറ്റ കുട്ടി
തൊട്ടുത്തുവിട്ട ഭൂമിയന്നേരം
ഗോൾപോസ്റ്റിൽ തട്ടി
തിരിച്ചുപോയി.

ചാരവും ആകാശവും

വെടിമരുന്ന് മണക്കുന്ന ആകാശം
മുള്ളുവേലിമേൽ കുത്തിക്കീറുന്നു.
ഓർമയിൽ ഒരു കൊച്ചുപട്ടം
ഉപ്പു ചുവയ്ക്കുന്ന വെയിലിലൊലിപ്പിക്കുന്നു.
ഉടഞ്ഞുചിതറിയ തെരുവുവിളക്കിന്റെ
രാത്രിയോളം പോന്ന ഇരുട്ടിലേക്ക്
ഉരുണ്ടുപോയ പന്തിനിപ്പോൾ
ആരുണ്ടാവും കൂട്ടിരിക്കാൻ?
ജനൽച്ചില്ലിൽ വന്നുപറ്റുന്ന കാറ്റിൽ
പാതി കരിഞ്ഞ സ്വപ്നങ്ങൾ
അങ്ങുമിങ്ങും തെന്നിപ്പറക്കുന്നു.
പട്ടണത്തെയൊന്നാകെ കാണാതായിരിക്കുന്നു.
വരണ്ട മൈതാനത്ത്
നീലപ്പറവകൾ മരിച്ചുവീഴുന്നു.
തെരുവോരം മൂടിയ ചവറ്റുകൂനയിൽ
ഒരു നിഴൽ തന്റെ കുട്ടിക്കാലം തിരയുന്നു.

അതിജീവനം

താരാപഥങ്ങളുടെ
താഴത്തെ
മുഴുവൻ
ഏകാന്തതയ്ക്കും മീതെയാണ്
നീ
കാലുറപ്പിച്ചുനിൽക്കുന്നത്.
വേദനയുടെ
മിടിപ്പുകൾ
അത്രമേൽ
കൂടിപ്പോയതിനാലാണ്
നിന്റെ ഹൃദയം
നിശ്ചലമായത്.
ഭൂമിയുടെ
വെളിച്ചങ്ങൾ കൊണ്ടാണ്
നീ
നിന്റെ കൈയുറകൾ
തുന്നിയത്.
ഉയിരോളം
കത്തിപ്പടർന്നതുകൊണ്ടാണ്
നിന്റെ കണ്ണുകൾക്ക്
ഇത്ര തണുപ്പ്.
മൈതാനവും
കടലും
ആകാശവും
നീ തന്നെയാണ്...
പെനൽറ്റി കിക്കിനായി
കാത്തുനിൽക്കുന്ന
ഗോൾകീപ്പർ.

ഓഫ്സൈഡ്

ഓർക്കുന്നുണ്ടോ...?
ഓ ഭൂമിയുടെ അങ്ങേ തലയ്ക്കൽ
കാണാതെപോയ കിനാക്കൾ
നിവർത്തിയുണ്ടാക്കിയ
ഒരു മൈതാനമുണ്ടായിരുന്നു.
അവിടെ
പന്ത് തൊട്ട ആകാശങ്ങളിൽ നിന്നും
മഴവില്ലുകൾ കിനിഞ്ഞിരുന്നു.
കാലുകളിൽ മിന്നൽപ്പിണരുകൾ ചുറ്റിയ
മുന്നേറ്റനിരക്കാരനും
എതിർടീമിന്റെ ഗോൾകീപ്പറും തമ്മിൽ
പ്രണയത്തിലായിരുന്നു.
അതുകൊണ്ടുതന്നെയാകണം,
മൈതാനപ്പച്ചയുടെ
വെള്ള അതിരുകളെ മറച്ച്
ചുവന്ന പൂക്കൾ വിരിഞ്ഞുനിന്നിരുന്നു.
അവിടെ
തോറ്റവരും മരിച്ചവരും ചേർന്ന്
തോക്കിൻകുഴലുകളിലേക്ക്
പന്തടിച്ചുകയറ്റി
ഇരുട്ടിന്റെ വായടപ്പിച്ചിരുന്നു.
ഭാഷ മറന്ന കടലുകൾ
കവിളുകളിൽ പന്തടയാളം വരച്ച്
കളി കാണാൻ വന്നിരുന്നു.
കളി കഴിയുമ്പോൾ
കാലിൽ ചെരിപ്പില്ലാത്ത
കറുത്ത കുട്ടികൾ
മൈതാനത്തോടിനടന്ന്
ചിപ്പികളും നക്ഷത്രങ്ങളും
പെറുക്കിയിരുന്നു.
ഉടൽ ചുവന്ന പെൺകുട്ടികൾ
ഉയിർപ്പിന്റെ ഗോളുകൾ കൊണ്ട്

എന്നെ വിശ്വസിക്കരുത്

മൈതാനം വിറപ്പിച്ചിരുന്നു.
ഗാലറിയിൽ നിന്നും
ഓർമയും കാട്ടും
നിലാവും ചോർന്നിരുന്നു.
മേഘങ്ങളിൽ പടർന്ന വള്ളികൾക്ക്
പഴയ ചില സെൽഫ് ഗോളുകളുടെ
മണമുണ്ടായിരുന്നു.
അവിടെ
കരിഞ്ഞുപോയ കാലുകൾ
പിന്നെയും
ഗോളടിച്ച് മടങ്ങിയെത്തിയിരുന്നു.
കുഞ്ഞുമഴക്കാട്ടുകൾ പൂത്തടഞ്ഞ്
റഫറിയുടെ വിസിൽ
പുല്ലിൽ വെറുതേ കിടന്നിരുന്നു.
തോൽവിയുടെ മുഖത്ത്
കത്തുന്ന ചിരിയുണ്ടായിരുന്നു.
ശ്മശാനങ്ങൾക്ക് ജീവൻ വെക്കുകയും
കറുത്ത പുകയിൽ
സൂര്യൻ ശ്വാസംമുട്ടി മരിക്കുകയും
ചെയ്തപ്പോൾ
മുറിവുകൾ വരച്ച്
അതിർത്തികൾ കനപ്പിച്ച്
നിങ്ങളാ മൈതാനത്തെ
വലിച്ചുപറിച്ചു കളഞ്ഞു.
കാരണം,
അവിടെ നടന്നിരുന്നതത്രയും
ഓഫ്സൈഡായിരുന്നു.

ഉയിർപ്പുഭൂമി

ഒരു രാത്രി
ഭൂമി മരിച്ചുപോയി.
എന്നിട്ടും
ഒന്നും മാറിയില്ല.
തോക്കുകളിൽ
കുട്ടിക്കാലങ്ങൾ കുരുങ്ങിക്കിടന്നു.
പട്ടണങ്ങൾ
ജനാലകളടഞ്ഞു മരവിച്ചു.
കടലുകൾക്കടിയിൽ
ആരോരുമറിയാതെ
കാടുകൾ മുളച്ചുപൊന്തിക്കൊണ്ടിരുന്നു.
തെരുവോരത്ത്
മഞ്ഞുകാലം
തെന്നിവീണു തല തകർന്നു.
കരി പിടിച്ച ആകാശം
പട്ടങ്ങളെ ശ്വാസം മുട്ടിച്ചു.
കാറ്റിന്റെ ഹൃദയം
സ്വപ്നങ്ങളുടെ ചാരത്തിൻമേൽ
പെയ്തു.
ചവറ്റുകുനകളിൽ
കറുത്ത നിഴലുകൾ
ജീവിതം തിരഞ്ഞു നടന്നു.
മലഞ്ചെരിവുകളുടെ ശൂന്യത
മുളന്തണ്ടുകളുടെ പാട്ടിനെ കത്തിച്ചു.
തടവറകളിൽ നിന്നും
വെള്ളിനദികൾ പുറപ്പെട്ടു.
ആകാശങ്ങൾക്കപ്പുറം
ഇരുട്ട് പ്രകാശിച്ചു.
മുറിവുകളിൽ നിന്നും കവിതയൊഴുകിയ
ഒരു പെൺകുട്ടി മാത്രം
ഭൂമിയെ കുലുക്കിവിളിച്ചുകൊണ്ടിരുന്നു.

വല കാക്കുന്നവൻ*

നിന്റെ ബൂട്ടുകൾക്ക്
ആകാശത്തിന്റെ കനമുണ്ട്.
നിന്റെ കൈകൾക്ക്
മഴക്കാലങ്ങളുടെ മണവും.
പാതിരകൾ നനഞ്ഞ പച്ചപ്പുല്ലിൽ
നിന്റെ നിഴലിൻമേൽ മാത്രം
നക്ഷത്രങ്ങൾ പറ്റിപ്പിടിച്ചിരിക്കുന്നു.
തുറന്നു നിലവിളിക്കുന്ന ജനാലകളും
വിങ്ങിമുറിയുന്ന കിനാവുകളുംകൊണ്ട്
ഭൂമി നിനക്കു നേരെ പറന്നുവരുന്നു.
ആ വരുന്നത്
വെറുമൊരു പന്താണെന്ന പോലെയാണ്
നീ ചാടുന്നത്.
നിന്റെ ചാട്ടത്തിനിപ്പുറം
ഒറ്റയ്ക്കായിപ്പോയ ഒരു കടലിന്റെ
നിറവും മിടിപ്പും
താഴത്ത് ബാക്കിയാവുന്നു.
കാറ്റ് നിന്നെച്ചുറ്റുന്നില്ല.
നീ കാറ്റിനെച്ചുറ്റുന്നുമില്ല.
നിന്റെ വിടർന്ന കൈകൾക്കിടയിൽ

---

* പ്രിയപ്പെട്ട എമിക്കുള്ളതാണ് ഈ കവിത. സ്വന്തം ടീമായ അർജന്റീനയുടെ ഗോൾകീപ്പർ എമിലിയാനോ മാർറ്റീനെസ്. ഖത്തറിലെ ഫിഫ ലോകകപ്പ് 2022ന്റെ പ്രീ-ക്വാർട്ടറിൽ ഡിസംബർ 10ന് പുലർച്ചെ പന്ത്രണ്ടര മുതൽ നടന്ന, നെതർലൻഡ്സിനെതിരായ മത്സരത്തിൽ, പെനൽറ്റി ഷൂട്ടൗട്ടിൽ രണ്ട് കിക്കുകൾ സേവ് ചെയ്ത് എമി അർജന്റീനയെയും സ്വപ്നങ്ങൾ കൊണ്ടു നിറഞ്ഞ ഒരു ഭൂമിയെയും കാത്തു

എന്നെ വിശ്വസിക്കരുത്

കാറ്റിനെ
എപ്പോഴേ കാണാതെപോയി...!
നീ
ഭൂമിയെ പിടിക്കുന്നു.
അതിരില്ലാത്ത കാടുകളെയും
ഒന്ന് മറ്റൊന്നിലേക്ക് നയിക്കുന്ന
നീലിച്ച വഴിത്താരകളെയും
നെഞ്ചോടടുക്കിപ്പിടിച്ച് കിടക്കുമ്പോഴും
നീ അറിയുന്നതേയില്ല...
നിന്റെ കൈകളിൽ
ഉയിരടക്കിപ്പിടിച്ചിരിക്കുന്ന
ആ തുടിപ്പിന്റെ പേരാണ്
ഭൂമിയെന്ന്.

അവനും അവനും

അവനും അവനും കൂടി
ഇരുട്ട് മോന്തി
നക്ഷത്രങ്ങളടർത്തി
രാത്രിയെ സ്വന്തമാക്കി.
അവന്റെ കണ്ണുകളിൽ
അവൻ കടലിനെ കേട്ടു.
അവന്റെ ചുണ്ടുകളിൽ
അവൻ മഞ്ഞ് രുചിച്ചു.
അവന്റെയും അവന്റെയും
കാൽനഖങ്ങളുടെ തുടുപ്പിൽ
ഭൂമിയൊരു പുലരിയുടെ
എത്തിനോട്ടം കണ്ടു.
മുറിവുകൾ വിങ്ങിയിരുന്നു.
ആകാശത്തിന്റെ പിൻ താളിൽ
ഒളിച്ചുവച്ച നോവത്രയും
കവിതയുടെ നീല മഷിയായി
ഒന്നാകെ പടർന്നിരുന്നു.
എന്നിട്ടും
മഴ മണക്കുന്ന ഒരു പിടി മണ്ണ്
നെഞ്ചിന്റെ അടിത്തട്ടിൽ നിറച്ച്
അവനും അവനും
തീരം പറ്റി നടന്നു...
തിരിഞ്ഞുനോക്കാതെ.

ഞാൻ മരിച്ചിട്ടില്ല

മരണത്തിന്റെ അതിർത്തിയിൽ
വെടിയൊച്ചകൾ കേൾക്കുന്നുണ്ട്.
ആരോ
എന്തോ
എന്നെ വിളിക്കുന്നുണ്ട്;
കൂടെക്കൂടെ.
അറിയില്ല.
കിനാവിന്റെ നീലിച്ച മുഖത്ത്
മുറിവുകളോ
അതോ
ചുവപ്പൊലിക്കുന്ന മഴവില്ലുകളോ?
എന്റെ തലയോട്ടിയുടെ പിളർപ്പിൽ
വേരു തൊടുന്ന കാട്ടുറോസയ്ക്ക്
മലകളുടെയും മേഘങ്ങളുടെയും
മണമുണ്ടായിരിക്കാം.
അതിന്റെ മുള്ളുകളിൽ
ഇറ്റിനിൽക്കുന്ന ഭൂമിയാണ്
എന്നെ വിളിക്കുന്നത്.
ഇലയിലും തണ്ടിലും
സൂര്യനെ പകുത്തെടുത്ത്
മഴയിൽ ചാലിച്ചൊളിപ്പിച്ച
ഒരു തണുത്ത കാടിതാ
എന്റെ കൺകുഴികളിൽ
നീറിനീറി... അങ്ങനെ.
എനിക്കുറക്കമില്ല.
മുള്ളുവേലിത്തുമ്പത്തുടക്കിയ
രാത്രിയിൽ നിന്നും കിനിഞ്ഞിറങ്ങി
പഴയൊരു പാട്ട്
പുഴുവരിച്ച കരളിൽ വന്നുപറ്റുമ്പോഴും
എന്റെ വായിൽ നിറഞ്ഞുവിങ്ങുന്നത്
മണ്ണു മാത്രമാണ്.
വിത്തുകളത്രയും മരിച്ച മണ്ണ്.

എന്നെ വിശ്വസിക്കരുത്

എന്നെ വിളിക്കുന്നത്
തെരുവിൽ വഴിതെറ്റിയ
ഒരു കറ പിടിച്ച കുട്ടിക്കാലമാണ്.
തോക്കിൻകുഴലിൽ നിന്നും
അറിയാതടർന്നുപോയ
ഒരു കവിതയും
ഒരു കൂട്ടം മിന്നാമിനുങ്ങുകളുമാണ്.
മഴയും മഞ്ഞും കൊള്ളാതിരിക്കാൻ
ആകാശത്തെ വലിച്ചുകെട്ടി
ചുവട്ടിലിരുന്ന് തീകൂട്ടുന്ന
എന്റെ ഭാഷയാണ്.
എന്റെ കാറ്റാണ്.
കടലാണ്.
എന്റെ ഞരമ്പുകളിലിപ്പോഴും
നക്ഷത്രങ്ങളൊഴുകുന്നുണ്ട്.
ആകാശമാവാം
എന്നെയിങ്ങനെ പിന്നെയും പിന്നെയും
വിളിച്ചുകൊണ്ടേയിരിക്കുന്നത്.
ഓർമകളെ മറന്നുകളയാൻ
മണ്ണിനടിയിലെ മരവിപ്പ് മതിയാവില്ല.
എന്നെ വിളിക്കുന്നത്
നിലവിളികളുടെ
തുറന്ന ജനാലകൾക്കകത്തെ
അലിഞ്ഞുതീരാത്ത മിടിപ്പുകളാണ്.
എന്റെ അസ്ഥികൾ
പൊടിയുന്നതേയില്ല.
അത്രമേൽ മുറിവുകൾ
പൂത്തതുകൊണ്ടാവാം.
പട്ടണം മുഴുവനും നാറുന്ന
ചവറ്റുകുനകളിൽ
ജീവിതം തിരഞ്ഞുനടക്കുന്ന
കറുകറുത്ത നിഴലുകൾ
എന്നെ വിളിക്കുകയാണ്.
ആ മുഖങ്ങളിൽ പലതും

എന്നെ വിശ്വസിക്കരുത്

എന്റെ താളുകളിലുള്ളതാണ്.
എനിക്കെഴുന്നേൽക്കണം.
മേൽക്കൂരകളിലേക്ക്
വെയിൽ പെയ്യിക്കണം.
കാലത്തിന്റെ മറവിക്ക്
കവിത കൊണ്ട് തീ കൊളുത്തണം.
തടവറകളെയും ശ്മശാനങ്ങളെയും
ഒപ്പം ഉയിർപ്പിക്കണം.
അതാ
പിടച്ചിലുകളും കത്തിപ്പിടിക്കലുകളും
എന്നെ
വിളിച്ചുകൊണ്ടേയിരിക്കുന്നു.

ല്യൂസേഴ്സ് ഫൈനൽ

ഓർമകളുടെ ബൂട്ടിട്ട്
നമ്മൾ
ആകാശം കടത്തിയടിച്ച ഗോളുകൾ
എന്തുകൊണ്ടാണ്
ഓഫ്സൈഡായിപ്പോയത്?
ഒഴിഞ്ഞ മൈതാനങ്ങളിൽ
നമുക്കിനിയും
നക്ഷത്രങ്ങൾ വാരിയിടണം.
റഫറിയുടെ വിസിൽ മുഴങ്ങുമ്പോൾ
രാത്രി പോലെ പരക്കണം.
സ്വപ്നം കണ്ടതിന്
നമുക്ക് ചുവപ്പ് കാർഡ് കിട്ടി.
ഒന്നു കരഞ്ഞാൽ
പന്തിലെ ശ്വാസമത്രയും
ചോർന്നുപോയേക്കും.
പകരം
നമുക്ക് മൈതാനത്തെ
കെട്ടിപ്പിടിച്ച് കിടക്കാം.
ഗോൾവലയിൽ
പുലരി പോലെ ഞാന്നുനിൽക്കാം.
ഇരുട്ടിന്റെ ഫ്രീ കിക്കുകളെ നോക്കി
കയ്ച്ചാലും ചിരിക്കാം.
വിണ്ടുകീറിയ പാദങ്ങളിൽ
വെളിച്ചം കൊണ്ട് ബൂട്ട് കെട്ടി
നമുക്ക് വീണ്ടുമൊരു
ല്യൂസേഴ്സ് ഫൈനൽ കളിക്കാനിറങ്ങാം.

പനിപ്പൂക്കാലം

പനിച്ചു കിടക്കുന്ന നീ
ഒരു പൂന്തോപ്പാണ്.
കണ്ണുകൾക്കിപ്പുറം
കത്തിയുരുകുന്ന വെയിൽ
വേദനയിലലിഞ്ഞ്
താഴോട്ടൊലിക്കുന്നു.
ചുണ്ടുകളിലതിന്
കിനാവിന്റെ ചുവ.
ഓറഞ്ചു സൂര്യനിൽ മഞ്ഞു വാരിയിടുന്ന
നിന്റെ കൈകൾ
തൊടുന്നിടത്തെല്ലാം
എന്റെ ഓർമകൾ പൊട്ടുന്നു.
ഇടുപ്പെല്ലിന്റെ ഓരം പറ്റിപ്പൂത്ത
പകലിന്റെ ചില്ലകളിൽ
നക്ഷത്രങ്ങൾ ഒളിച്ചിരിക്കുന്നു.
പനിപ്പകർച്ചയുടെ പാതിരാവിനെ
ഞാൻ
ആത്മാവിലേക്കാഴ്ത്തിക്കളയുന്നു.
മയങ്ങുന്ന ഇരുളിന്റെ കയങ്ങളിൽ
നീ പിന്നെയും മുങ്ങിത്താഴുന്നു.
പനിക്ക്
വല്ലാത്ത മധുരം.

ചാമ്പ

ചാമ്പക്കൊമ്പുകളിൽ
അന്തിയുറങ്ങിയിരുന്ന
സൂര്യനിറ്റിയ നീറുകൾ
നിന്റെ വിരൽത്തുമ്പിൽ നിന്നും
എന്റെ കുട്ടിക്കാലത്തിലേക്ക്
അരിച്ചരിച്ചുകയറി.
കാലുകളിൽ
കുഞ്ഞുവേദനകൾ
തിണർത്തുവന്നപ്പോൾ
ഞാൻ ചിരിക്കാൻ പഠിച്ചു.
വേലിക്കൽ നിന്നും
എത്തിനോക്കിയ
പകലുകളെ വകവെക്കാതെ
നമ്മുടെ ചാമ്പയ്ക്കകൾ തുടുത്തു.
ആകാശം
വെള്ളിമേഘങ്ങളെ
എന്റെ മടിയിലേക്കിട്ടു.
നിന്റെ പാളിനോട്ടങ്ങളിൽ
ഒരു മഴവില്ല് കളവുപോയി.
ഇരുട്ടിന്റെ വരാന്തയിൽ
തനിച്ചിരുന്ന്
ഓർമയിലേക്ക് കുനിഞ്ഞ്
ചാമ്പയിലകൾ പെറുക്കുമ്പോൾ
എന്റെ ചോരച്ചെമപ്പിൽ
വെളിച്ചത്തെ കാണാതായി.
വേലി വളർന്ന്

എന്നെ വിശ്വസിക്കരുത്

നിന്റെ ചവർപ്പിനും
എന്റെ മിടിപ്പിനുമിടയിലേക്ക്
പടർന്നുപടർന്നുകയറി.
രാത്രിയെ വാരിച്ചുറ്റിയുള്ള
എന്റെ ഓടിപ്പോക്കുകൾ
നിന്റെ നീറിൻകൂട്ടിലേക്ക് നീണ്ടു.
മുറിവുകൾ വലുതായിവലുതായി
നിന്റെ പുഞ്ചിരിത്തുമ്പിൽത്തൂങ്ങി
ഞാൻ മരിച്ച അന്ന്
ചാമ്പമരം പിന്നെയും പൂത്തു.

എന്നെ വിശ്വസിക്കരുത്

എന്നെ വിശ്വസിക്കരുത്.
എച്ചവന്നൊരു പനിനീർക്കാട്ടുടുത്ത്
ഇന്നലെ മഞ്ഞിൽ മരിച്ചുകിടന്നത്
ഞാനാണ്.
കവിത മോന്തി താളം തെറ്റി
മലകൾക്കപ്പുറം പൊട്ടിച്ചിരിച്ച്
ഇന്നത്തെ പുലരിയെ
തട്ടിവിളിച്ചുണർത്തി
പതിവില്ലും നേരത്തേ
വലിച്ചുകൊണ്ടുവന്നതും
ഞാൻ തന്നെ.
കഴിഞ്ഞ വസന്തത്തിൽ
ഞാനൊരു പൂക്കാരിയായിരുന്നു.
കരയുന്ന തെരുവുകൾക്ക്
ഇലകളും പൂക്കളും മേഘങ്ങളും
വെറുതേ കൊടുത്ത്
ഞാൻ പൂക്കാലം തീർത്തു.
ഇരുട്ട് വീണപ്പോൾ
ആകാശത്തേക്ക് നടന്നുപോയി.
മലഞ്ചെരിവിൽ ഞാൻ
ഒരു കാട്ടുമുളന്തണ്ടായിരുന്നു.
കണ്ണുകളിലെന്തോ കത്തിപ്പിടിച്ച
ഇടയനെന്റെ
ആദ്യപ്രണയമായിരുന്നു.
ആ ചുണ്ടുകളിൽവച്ച്
അടിമുടി വിറ കയറി
പാട്ടെന്റെ തൊണ്ടയിൽ കുടുങ്ങി.
പാടാത്ത പുല്ലാങ്കുഴലിനെ
അവൻ വലിച്ചെറിഞ്ഞു.
ഇക്കാലമത്രയും
ഞാൻ നനഞ്ഞുമരവിച്ച്
ചതുപ്പിൽ കിടക്കുകയായിരുന്നു.

എന്നെ വിശ്വസിക്കരുത്

അറിയാമോ?
ഞാനൊരു തടവുകാരിയായിരുന്നു.
ഹൃദയമിടിപ്പുകളെ കവിതയിൽ ചാലിച്ച്
ചുമരിൽ ഞാനൊരു
ചുവന്ന വീട് വരച്ചു.
അതിനകത്തേക്ക് കയറി
പിൻവാതിൽ തുറന്ന്
അകലേക്കകലേക്കിറങ്ങിപ്പോയി.
ഇനിയുമൊരിക്കൽ
ഞാനൊരു കാട്ടിലെ
ഊഞ്ഞാലായിരുന്നു.
വെയിലിന്റെ ഓറഞ്ചിലകൾ
എന്റെ ആത്മാവിൽ അടർന്നുവീണു.
സൂര്യന്റെ നീട്ടിപ്പിടിച്ച കൈ തൊടാൻ
ഞാൻ തനിയെ
അങ്ങനെ ആടിക്കൊണ്ടേയിരുന്നു.
ഞാൻ പറയുന്നതത്രയും
ഞാൻ കാണുന്ന സ്വപ്നമാണ്.
ഞാൻ ചിരിക്കുന്നതൊക്കെയും
കരച്ചിലിന്റെ വക്കിൽ നിന്നാണ്.
അപ്പോൾ
ഞാൻ കരയുന്നതോ...?
എന്തുവന്നാലും
എന്നെ വിശ്വസിക്കരുത്.

തടവുകാരി

ഒരിക്കൽ
ഒരു കുന്നിൻമുകളിൽ
ഒരു തടവറയുണ്ടായിരുന്നു.
അവിടെ
ഒരവളുണ്ടായിരുന്നു.
എന്തിനാണവളെ തടവിലിട്ടതെന്ന്
ആർക്കുമറിയില്ലായിരുന്നു.
അവളുടെ ചങ്ങലകൾ
ഉരഞ്ഞുരഞ്ഞ്
കവിത തിണർത്തുവന്നിരുന്നു.
കറുപ്പും വെളുപ്പും മാത്രമുള്ള
തടവറയ്ക്കകത്തും
അവളൊലിപ്പിച്ച രക്തത്തിന്
കാട്ടുപനിനീരിന്റെ നിറമായിരുന്നു.
അവളുറങ്ങുമ്പോൾ
കുന്നിൽ പകൽ പരന്നുവീണു.
കണ്ണുകളിലെന്തോ കത്തി
അവൾ പിടഞ്ഞെഴുന്നേൽക്കുമ്പോൾ
ഇരുളൊഴുകിയ രാത്രി
അങ്ങനെ ഉദിച്ചുവന്നു.
അവളെ കാണാതായതെപ്പോഴാണെന്നും
ആർക്കും ഒരു പിടിയുമില്ലായിരുന്നു.
ചുമരുകൾ വഴി
ആകാശത്തേക്ക്
ചുവന്ന കാൽപ്പാടുകൾ മാത്രം
തെളിഞ്ഞുമിന്നിക്കിടന്നു.

പുലരി

വെടിയൊച്ചയിൽ മുങ്ങി വിറങ്ങലിച്ച്
ഇന്നലെ
ചെവി പൊത്തി നടന്നു.
ചിരികളും സ്വപ്നങ്ങളും
മരിച്ചുകിടക്കുന്ന
ഇരുണ്ട വഴിവക്കിൽ
ഇന്ന്
തനിച്ചിരുന്ന് തേങ്ങിക്കൊണ്ടിരുന്നു.
രണ്ടുപേരും കൂടി
കണ്ണുകൾ തുടച്ച് കൈകൾ കോർത്ത്
മുള്ളുവേലിയിൽ ചാടി മരിച്ചു.
പൊള്ളിക്കരിഞ്ഞ കൈയിൽ
കവിത ചുരുട്ടിപ്പിടിച്ച്
ഒരു പെൺകുട്ടി ഓടിവന്നു.
വെളിച്ചം കൊണ്ട് കറ പിടിച്ച
ഒരു നാളെ
നിഴലുകൾക്കപ്പുറം നിന്ന്
അവളെ നോക്കി.

പച്ചക്കുളം

ഈ വഴി പോയാൽ
പച്ചക്കുളത്തിലെത്താം.
അങ്ങനെയൊരു കുളമുള്ളതറിയില്ലേ?
എനിക്കൊപ്പം വരൂ...
ആകാശങ്ങളും മഴക്കാലങ്ങളും
പിറന്നുവീണതവിടെയാണ്.
പണ്ടെന്നോ മുങ്ങിമരിച്ച
ആഴമേറിയ കാടാണ്
ആ ഓളങ്ങളിലത്രയും
പച്ചച്ചായം മറിച്ചത്.
നനഞ്ഞ ഭൂമിയുടെ
വിങ്ങുന്ന തുടകളിൽ
അതിരുകൾ തിണർത്തുവന്നത്
ആ കുളത്തിന്റെ കരയിലാണ്.
അല്ലെങ്കിലും
നിഴലുകൾക്കെന്തിനാണ് സ്വാതന്ത്ര്യം...
അല്ലേ?
വെളിച്ചത്തോട്ടു തോറ്റവർ
അവിടെ കുനിപ്പിടിച്ചിരുന്ന്

എന്നെ വിശ്വസിക്കരുത്

ഇരുട്ടിലേക്ക് നോക്കിനോക്കി
മയങ്ങിപ്പോകാറുണ്ട്.
അപ്പോഴാണ്
അടിത്തട്ടിൽ നിന്നും
പകലുകൾ പൊന്തിവന്ന്
ശ്വാസം കട്ടു മടങ്ങുക.
പൂത്തുവീണ കുട്ടിക്കാലം
വഴി മറന്നു നിൽക്കുന്ന
ആ കുളപ്പടവിൽ
ചോരപ്പാടുകൾ കാണും.
കറയാണ്.
കാറ്റു പെയ്തിട്ടും മായാതെ കിടപ്പാണ്.
നിന്നുകളയരുത്.
വേഗം നടക്കൂ...
പച്ചക്കുളമെത്താറായി.
അവിടത്തെ പച്ചിലക്കാട്ടിൽ
ഒരൊറ്റക്കല്ലറയുണ്ട്.
മരിക്കും മുൻപേ
കൂട്ടമായി കുഴിച്ചിടപ്പെട്ട
കിനാക്കളൊക്കെയും
പുഴു തിന്നു കിടക്കുന്നുണ്ട്.
മരണമോ...?
കരയിലിരുന്ന് കാൽ നനയ്ക്കുകയാവും.
മേഘങ്ങൾക്കു വേണ്ടാത്ത
നക്ഷത്രങ്ങളെ
ആ കുളം തലയിൽ ചൂടാറുണ്ട്.
എല്ലാവരും ഉറങ്ങിക്കഴിയുമ്പോൾ
കാലം ചിലപ്പോഴൊക്കെ
കുളിക്കാൻ വരാറുണ്ട്.
മുറിവുകളിൽ നിന്നും പച്ചയൊലിച്ച
പേരില്ലാത്തവർ
അലഞ്ഞുനടക്കുന്നുണ്ടാവും.
വെള്ളം തൊടുന്നവർക്കൊക്കെ
തലയോട്ടി നിറച്ചും ചിരിയാണ്.
തണുതണുത്ത ചിരി.

എന്നെ വിശ്വസിക്കരുത്

ജലപ്പരപ്പിൻമേൽ
എന്നും
മഴയെ ചായ്ച്ചുകിടത്തി
മുടിയിലുമ്മവെച്ചു കരയാറുണ്ട്
ആരോ കളഞ്ഞിട്ടുപോയ
ഒരോർമ.
കണ്ണുകളിൽ മീൻ പുളയ്ക്കുന്ന
ഒരു പെൺകുട്ടിയുണ്ടവിടെ.
എപ്പോഴും ഒറ്റയ്ക്കാണ്.
ഹൃദയം മാത്രം
മിടിച്ചുകൊണ്ടിരിക്കുന്നു.
തിരിഞ്ഞുനടക്കുകയാണോ?
കാര്യമില്ല.
നാളെയാകുമ്പോൾ
പച്ചക്കുളം നിങ്ങളുടെ
വാതിലിൽ മുട്ടി വിളിക്കും.

നിനക്കു രക്ഷയില്ല

ഞാൻ നിന്റെ നിലാവിനെ പറിച്ചെടുക്കും.
നക്ഷത്രങ്ങളെ കടലിലെറിയും.
നിന്റെ നിഴലിനെ
എന്റെ വെളിച്ചത്തിലേക്ക് തള്ളിയിടും.
ഞാൻ നിന്റെ ഭൂമിയിൽ
കാലുകളമർത്തിച്ചവിട്ടി നടക്കും.
നിന്റെ ആലോചനകളെ
കീറിക്കീറി തുണ്ടുകളാക്കി
കാറ്റിന് വെറുതേ കൊടുക്കും.
നിന്റെ ഉറക്കത്തിലേക്ക്
സൂര്യനെ പിഴിഞ്ഞൊഴിക്കും.
നീ കാത്തുവെച്ച സ്വപ്നങ്ങളെയെടുത്ത്
എന്റെ വീഞ്ഞിൽ കലക്കി കുടിക്കും.
നിന്റെ ഓർമകളിലേക്ക് വേലി ചാടി
അവിടത്തെ ആകാശത്തെ
വലിച്ചുതാഴെയിടും.
ഞാൻ നിന്റെ കാട്ടുവഴികളെ
എന്റെ തടാകത്തിലേക്ക് വളച്ചിറക്കും.
നിന്റെ ആത്മാവിനെ
തലകീഴായിപ്പിടിച്ചു മുക്കും.
മലകളിൽ നിന്നും
മേഘങ്ങളെ വലിച്ചുഴിക്കും.
നിന്റെ ഹൃദയത്തിലെ
മതിലുകളത്രയും ഇടിച്ചുനിരത്തി
ആ കൂമ്പാരത്തിനുമേൽ
ഒരു പൂച്ചെടി നട്ട്
ഞാൻ ചിരിക്കും.

ഏതോ ഒരു ഓറഞ്ചുകുപ്പായക്കാരൻ

ഞാൻ ഭൂമുഖത്തു നിന്നൊരു
ക്രയ്ഫ് ടേണെടുത്ത്*
ഓർമകളിലേക്ക് ഓടിപ്പോവുകയാണ്.
ഒരു മലയോരം.
ഗോൾപോസ്റ്റുകൾ പോലുമില്ലാത്ത
ഒരു പച്ചച്ച തുറസ്സ്.
അവിടെ
ഭൂമി കൊണ്ട് കറ പിടിച്ചൊരു പന്തുമായി
ഏതോ ഒരു ഓറഞ്ചുകുപ്പായക്കാരൻ.
അവന്റെ നീലക്കണ്ണുകൾ
എന്റെ ആത്മാവിലേക്ക്
പതുക്കെ നീന്തിക്കൊണ്ടിരുന്നു.
മലകൾക്കപ്പുറത്തെ ആകാശത്ത്
ഞാനെന്തോ കണ്ടു.
പന്തങ്ങനെ
ഹൃദയമിടിപ്പുകളിലേക്കുരുണ്ടു.
ഞാൻ
അവനോടൊപ്പം കളിക്കാൻ തുടങ്ങി.
പാദങ്ങളിൽ
നക്ഷത്രങ്ങൾ തട്ടി മുറിവുകളുണ്ടായി.
ചോര പൊടിഞ്ഞപ്പോൾ
ഞാനവനെ നോക്കി.
അവന്റെ മുടിയിഴകളിൽ പിടിച്ച്
വെളിച്ചം ഊഞ്ഞാലാടിക്കൊണ്ടിരുന്നു.
ഞാൻ ചിരിച്ചതെപ്പോഴാണെന്ന്

---

* ഫുട്ബോളിലെ ഡച്ച് ഇതിഹാസം യൊഹാൻ ക്രയ്ഫിന്റെ പ്രസിദ്ധമായ ഒരടവാണ് ക്രയ്ഫ് ടേൺ. എതിരാളികളെ ആശയക്കുഴപ്പത്തിലാക്കുന്ന പെട്ടെന്നുള്ള വെട്ടിത്തിരിയലാണത്.

എന്നെ വിശ്വസിക്കരുത്

എനിക്കോർമയില്ല.
എന്റെ കഴുത്തിലൂടെ
ഓറഞ്ച് പടർന്നിറങ്ങി.
അവന്റെ ചുണ്ടുകൾക്ക്
മലകളുടെ മണമായിരുന്നു.
നിലാവ് വീണു നനഞ്ഞ്
പന്ത് പുല്ലിൽ കിടന്നു.
പുൽക്കൊടികളത്രയും
സ്വർഗത്തിലേക്ക് ചാഞ്ഞു.
അവനും ഞാനും
കവിത കീറിയെടുത്ത്
മുറിവുകൾ കെട്ടി.
ഞാനിപ്പോഴും
ഓർമകളിൽ തട്ടി വീഴുകയാണ്.
ഏതോ ഒരു ഓറഞ്ചുകുപ്പായക്കാരൻ
മൈതാനങ്ങൾക്കപ്പുറം നിന്ന്
എന്നെ ഉറ്റുനോക്കുന്നു.
എനിക്കിനി
ആകാശത്തേക്കൊരു
ക്രയ്ഫ് ടേണെടുക്കണം.

ലഞ്ച് ബ്രേയ്ക്ക്

പേനയും പ്രൊട്രാക്റ്ററും
കുത്തി മുറിവേൽപ്പിച്ച
മണിക്കൂറുകളെ വലിച്ചെറിഞ്ഞു.
ബെല്ലടിമുഴക്കത്തിലേക്ക് ചാടിയെണീറ്റു.
അത്രയും നേരം
ഉള്ളിലൂടെ കാലമർത്തിച്ചവിട്ടി നടന്ന
വിശപ്പിനെ പിടിച്ചു തള്ളിയിട്ട്
ഞങ്ങൾ പുറത്തേക്ക് നടന്നു.
ഗോകുലിന്റെ അപ്പം.
കണ്ണന്റെ ദോശ.
ആകാശത്ത് മരങ്ങൾ.
പൊടിമണ്ണിൽ വസന്തം.
എന്റെ
ഇല്ലാത്ത ചോറ്റുപാത്രത്തിൽ
നീലനീലപ്പൂക്കൾ.
ഞങ്ങളങ്ങനെ
ഒത്തൊരുമിച്ച് നുണഞ്ഞു.
പേരില്ലാത്ത ചുവന്ന കറിയിൽ
ഒച്ചയില്ലാതൊരു തോണിയിറക്കി
ഞങ്ങൾ സ്കൂളും പട്ടണവും വിട്ട്
തുഴഞ്ഞുതുഴഞ്ഞു പോയി.
യൂനിഫോമിനുമേൽ
ഉച്ചവെയിലെടുത്ത് പുതച്ച്
പതുക്കെയൊരു ചിരി രുചിച്ചുനോക്കി.
പാത്രത്തിന്റെ അരികുകളിലൂടെ
വട്ടം ചുറ്റി.
വീണ്ടും വീണ്ടും ചുറ്റി.
ബെല്ലടിച്ചിട്ടും ഞങ്ങൾ
ആകാശത്ത് അള്ളിപ്പിടിച്ചിരുന്നു.
കെട്ടു പൊട്ടിയ കഥകളെടുത്ത്
ആത്മാവിൽ കോരി നിറച്ചിട്ടും
ഞങ്ങളെ പിടിച്ചുകൊണ്ടുപോവാൻ

സ്കൂൾ അങ്ങോട്ടു വന്നു.
കറിയുണങ്ങിയ കൈകളുമായി
മിഴിച്ചുനിന്ന ഞങ്ങളെ
ചെവിക്കു പിടിച്ച്
തൂക്കിക്കൊണ്ടുപോയി.
മുഖത്തു പറ്റിപ്പിടിച്ച
അപ്പ മണം തുടച്ചുകളയാൻ മറന്ന്
ആകാശം ഞങ്ങളെ
നോക്കിക്കൊണ്ടിരുന്നു.

വാഴ്വ്

തകർന്നുവീണ പാലത്തിലൂടെയാണ്
ഞാനെന്നും
പകലിൽ നിന്ന് രാത്രിയിലേക്ക്
നടന്നുപോകാറ്.
പാലത്തിലെ മീനുകൾക്ക്
മേഘങ്ങളുടെ നിറമാണ്.
ആകാശത്താകെ വെള്ളമാണ്.
വെയിലെല്ലാം തണുപ്പും.
കവിതയുമേന്തി
ഞാനങ്ങനെ തനിച്ചു നടന്നുകൊണ്ടിരിക്കും.
തകർന്നിടത്തു നിന്നും
പാലത്തിന്റെ ശ്വാസം
പതുക്കെ ചിറകു കുടയും.
ഓളങ്ങളന്നേരം
എന്റെ വിരൽത്തുമ്പു തേടിയെത്തും.
ഞാൻ
പിന്നെയും നടക്കും.

അവസാനമില്ലാതെ

പണ്ടുപണ്ട്
ഒരവനുണ്ടായിരുന്നു.
അവന്റെ മഴകളുടെ ഓരംപറ്റി
ഒരു ഞാനും.
ഞങ്ങളുടെ കള്ളനോട്ടങ്ങളിൽ
ഒരു ശലഭമുണ്ടായിരുന്നു.
അവനറിയാതെ ഞാനും
ഞാനറിയാതെ അവനും
ചിറകുകളിൽ വെയിൽ പുരട്ടി.
ആകാശത്തിന്റെ വേലിക്കൽ
ഞാൻ മൈലാഞ്ചികൾ നട്ടുവെച്ചു.
എന്റെ ഭൂമിയെ
അവൻ ആത്മാവിലെടുത്ത്
എങ്ങോ മറന്നുവച്ചു.
നീലനീല രാത്രികളെ
ഞാൻ തനിയേ തുന്നിയെടുത്തു.
ഞാനുറങ്ങുമ്പോൾ
അവൻ ഒച്ചയില്ലാതെ വന്ന്
തലയിണക്കീഴിൽ നക്ഷത്രങ്ങൾ വെച്ചു.
ഇലകൾ പാടിക്കൊണ്ടിരുന്നു.
തണുത്ത ജലം ഒഴുകിനിറഞ്ഞു.
എന്റെ കവിതകൾ കവിഞ്ഞു.
ഏതോ ഒരു മഴയിൽ
ഞങ്ങൾ ഒന്നും മിണ്ടാതെ പിരിഞ്ഞു.
രാത്രികൾ മാഞ്ഞുപോയി.

എന്നെ വിശ്വസിക്കരുത്

പകലുകൾ വറ്റി.
ഓർമകളിൽ വെളിച്ചം മറിച്ച്
അവനെന്റെ ഭൂമിയെ വെളിപ്പെടുത്തി.
മൈലാഞ്ചിയിലകൾ തിരഞ്ഞ്
ഞാൻ ആകാശമാകെ അലഞ്ഞുനടന്നു.
അവൻ തനിച്ചായി.
ഞാനും.
മഴ നനഞ്ഞ നക്ഷത്രങ്ങൾ മാത്രം
മിന്നിമിന്നി...
മിന്നിമിന്നി...
മിന്നിമിന്നിക്കത്തി.

കവിത

നിന്നെപ്പറ്റി എഴുതിയെഴുതി
പേനയിലെ മഷി വറ്റിയ അന്ന്
ഞാൻ മരിച്ചു.
എന്റെ കല്ലറയിൽ
ഒരു മൾബെറി മുളച്ചു.
ഇലഞരമ്പുകളിൽ തണുപ്പും
തണ്ടുകളിൽ കവിതയുമായി
അത് വളർന്നുപൊന്തി.
വെളിച്ചം കൊണ്ട് മാത്രം അകം നിറഞ്ഞ
ഒരു കുഞ്ഞുപഴം
മിടിപ്പു തട്ടി തുടുത്തു.
തുടുത്തുതുടുത്ത്
ചുവന്നുചുവന്ന്
അത് കറുത്തു.
രാവലിഞ്ഞ പഴച്ചാറിലൂടെ
ഞാൻ തിരികെ ഭൂമിയിലേക്കിറ്റി.
പേനയിൽ മഴ നിറച്ച്
ഞാൻ വീണ്ടും എഴുതാൻ തുടങ്ങി...
നിന്നെപ്പറ്റി.

ഡി മരിയേടെ കറി

വല്ലാതങ്ങ് ഒറ്റയ്ക്കാവുമ്പോ
ഞാൻ ഓർമകളുടെ ജനല് തൊറന്നിട്ട്
ഡി മരിയേ*ടെ കറീം കൂട്ടി
പതുക്കെ എന്തേലും തിന്നും.
തിന്നോണ്ടിരിക്കുമ്പൊ
ഇല്ലാത്ത ചില്ലയിൽ നിന്നും
നീലച്ചെറകുള്ളൊരു പക്ഷി
പാറിപ്പാറിപ്പോകും.
തെരുവിന്റെ അങ്ങേയറ്റത്തെ
കറുത്ത വീടിന്റെ മുറ്റത്ത്
ഒരു നീലത്തൂവല് വീഴും.
കൽക്കരിക്കൊരു പൊള്ളലാണ്.
പൊള്ളിക്കരിഞ്ഞ കാലില്
തുകൽപ്പന്തിന് വല്ലാത്ത തെളക്കം.
പട്ടണത്തിനപ്പുറത്തേക്കുയർന്നുനിക്കുന്ന
വെളിച്ചത്തിന്റെ കിനാവിനെ
മിഴിച്ചുനോക്കിയിരിക്കുന്ന
ഒരു കുഞ്ഞിച്ചെറുക്കനേം
ഒരു കുഞ്ഞിക്കുഞ്ഞിപ്പെണ്ണിനേംകൊണ്ട്
ഏതോ ഒരമ്മ
ഭൂമിയുടെ മറുകരയിലേക്ക്
സൈക്കിൾ ചവിട്ടിപ്പോകും.

---

* അർജന്റൈൻ ഫുട്ബോൾ ഇതിഹാസം ആൻഹൽ ഡി മരിയ ഒരു പാവപ്പെട്ട കൽക്കരിത്തൊഴിലാളിയുടെ മകനായിരുന്നു. യാതനയുടെ പൊള്ളുന്ന വഴികൾ കടന്നാണ് ഒരു പന്തുമായി ഡി മരിയ ലോകത്തിന്റെ നെറുകയിലേക്ക് കുതിച്ചുകയറിയത്.

എന്നെ വിശ്വസിക്കരുത്

പെഡലുകൾ തിരിയുന്നത് നോക്കി
സൂര്യനുദിക്കേം അസ്തമിക്കേം ചെയ്യും.
വെശപ്പിന്റെ മൈതാനത്തേക്ക്
ഡി മരിയേടെ കറി വാസനയൊഴുകും.
വലക്കണ്ണികൾ വലിഞ്ഞുപൊട്ടും.
ഞാനെണീക്കും.
മെല്ലെ പൊറത്തേക്കെറങ്ങും.
കാറ്റിനു പോലും
കറീടെ മണം...
കൽക്കരീടേം.

ജെറുസലേം

മഞ്ഞുകാലത്തിന്റെ കൈ തട്ടി
മുന്തിരിവീഞ്ഞു മറിഞ്ഞു.
കവിത ചുവന്ന പെൺകുട്ടി
നിലാവിന്റെ ജനൽപ്പാളികളടച്ചു.
എരിയുന്ന ചുണ്ടുകളിൽ
പട്ടാളക്കാരന്റെ മുറിവുംകൊണ്ട്
അവൾ പട്ടണം മുറിച്ചുകടന്നു.
മുളന്തണ്ടു മണക്കുന്ന കൈകളിൽ
ആണി തറഞ്ഞൊരിടയൻ
മിണ്ടാതെ ഒപ്പം നടന്നു.
നിലവിളികൾക്കപ്പുറത്തെ
നീലക്കിണറിൽ നിന്നും
അവൾ മെല്ലെ നക്ഷത്രങ്ങൾ കോരി.
അവന്റെ രക്തമിറ്റി
മഞ്ഞുകട്ടകൾ പൂത്തു.
താഴ്വരയുടെ മേൽക്കൂരകൾ
മങ്ങിമങ്ങിക്കത്തി.
അവന്റെ മുറിവുകളിൽ
അവൾ വെളിച്ചം വെച്ചുകെട്ടി.
അവളുടെ തണുത്ത പാദങ്ങൾ
അവൻ ഓർമ കൊണ്ടു തിരുമ്മി.
കണ്ണുനീർ തുടച്ച്
അവർ പിന്നെയും നടന്നു.
ഏതോ ഒരു നക്ഷത്രം
അറിയാതെ വീഞ്ഞിൽ വീണു നനഞ്ഞു.

മരിക്കാൻ, ഉയിർക്കാൻ, പൂക്കാൻ

അഞ്ചുമണിയാകുമ്പോഴേക്കും
ഞാൻ മരിക്കും.
മൂടൽമഞ്ഞു പുതച്ച്
നിന്റെ താഴ്വരയുടെ
വെറും മണ്ണിൽ കിടക്കും.
അപ്പോൾ നീയെന്റെ
പൊട്ടിയ അസ്ഥികളിൽ
മഴ നിറയ്ക്കണം.
എന്റെ തലയ്ക്കൽ കവിതകളും
കാൽക്കൽ മേഘങ്ങളും വെക്കണം.
വഴുതിപ്പോകുന്ന ഓർമകളെ
വാരിയെടുത്ത്
എന്റെ മരവിച്ച കൈവിരലുകളിൽ
പിടിപ്പിക്കണം.
പതുക്കെ നീയെന്റെ
മുടിയുടെ കെട്ടഴിക്കണം.
പടർന്നുവീഴുന്ന മുടിച്ചുരുളുകളിലെ
നക്ഷത്രങ്ങൾ തൊട്ടുനോക്കണം.
കുതറിയുയരുന്ന ആത്മാവിനെ
തിരികെയെന്റെ നെഞ്ചിലേക്ക്
പിടിച്ചമർത്തണം.
എന്റെ മുറിവുകളിൽ തലോടണം.
എന്റെ തണുത്തുറഞ്ഞ ചുണ്ടുകളിൽ
നീ തീകൂട്ടണം.

എന്നെ വിശ്വസിക്കരുത്

നിന്റെ കാട്ടുപുൽത്തണ്ടുകൾ
എന്റെ രക്തത്തിൽ പൂക്കണം.
രാത്രിയുദിക്കുമ്പോൾ
എന്നെ വിളിച്ചുണർത്തണം.
ആകാശനീല ശ്വസിച്ച്
ഞാൻ എഴുന്നേറ്റിരിക്കുമ്പോൾ
മുറിവുകളുണങ്ങാത്ത
എന്റെ മുഖത്തു നോക്കി
എന്നെ ഇഷ്ടമല്ലെന്നു പറഞ്ഞ്
നീ വീണ്ടും നടന്നകലണം.

പ്രേതത്തിന്റെ പൂക്കൾ

നിന്റെ ഇടനാഴിയിലൂടെ
ഓർമ കത്തുന്ന റാന്തലുമേന്തി
ഞാൻ ഉറങ്ങാതെ നടക്കുന്നു.
ചോരയിറ്റുന്ന പനിനീർപ്പൂക്കൾ
മഞ്ഞിലെല്ലാം ചിതറുന്നു.
നിനക്ക് രാത്രിയുടെ ഗന്ധം.
എന്റെ വെള്ളയുടുപ്പിന്റെ
കറുത്ത ഞൊറികളിൽ നിന്നും
നീ ചെന്നായ് രോമങ്ങൾ തട്ടിക്കളയുന്നു.
കിനാക്കൾ കനം വെച്ച
നമ്മുടെ തലയിണയിലൂടെ
ഈറനുറുമ്പുകൾ അരിച്ചുനീങ്ങുന്നു.
നിന്റെ നെഞ്ചിലെ മുറിവിൽ
എന്റെ ശ്വാസം മഞ്ഞു പറത്തുന്നു.
നമ്മളെ വിട്ട് ഓടിപ്പോയ പട്ടണം
വളവിനപ്പുറം നിന്ന്
തിരിഞ്ഞുനോക്കുന്നു.
എന്റെ തണുത്ത പാദത്തിനടിയിൽ
നീ മുള്ളു കൊണ്ട് കവിത കുറിക്കുന്നു.
മെഴുതിരികളുരുകി
ആത്മാവിലേക്കലിഞ്ഞു വീഴുന്നു.
ജനൽപ്പടി നിറയെ
പ്രേതത്തിന്റെ പൂക്കൾ.

ആനത്താര

മുളകൾക്ക്
കാറ്റിന്റെ മണം.
ഇല്ലി കൊണ്ട്
ഞാൻ
നിന്റെ ചങ്ങലകളറുക്കും.
എന്നെ
ആകാശത്തേക്കിറക്കിനടത്താൻ
നിന്റെ
കനത്ത കാൽവെപ്പുകൾ
മതിയാകും.
നിന്റെ മുറിവുകളിൽ
ഞാൻ
കാടുകൾ നട്ടുപടർത്തും.
രാവോളം ആഴമുള്ള
നിന്റെ കണ്ണുകൾ
എന്റെ കിനാക്കളെ
നദി കൊണ്ട്
നനയ്ക്കും.
ഈറൻ കവിതയിൽ
നമ്മൾ പൂക്കും.
ഉയരങ്ങളിലെ പട്ടണങ്ങളെ
തല്ലിത്തകർത്ത്
നമ്മൾ നടക്കും...
ഭൂമിയെ
അങ്ങുമിങ്ങുമിട്ടുരുട്ടിക്കൊണ്ട്.
നിന്നുകൊടുക്കാതെ.

പേടി

എനിക്കു പേടിയുണ്ട്.
ഒരു ദിവസം
ഞാനുറങ്ങിയെണീക്കുമ്പോഴേക്കും
എന്റെ അക്ഷരങ്ങളൊക്കെയും
കൂട്ടത്തോടെ നാടുവിട്ടാലോ?
കവിതയ്ക്കടിയിൽ നിന്നും
എന്റെ ഓർമകൾ കളവുപോയാലോ?
ഞാൻ നടക്കുന്ന വഴികളെല്ലാം
വളഞ്ഞുതിരിഞ്ഞ്
എന്നിലേക്കു തന്നെ തിരിച്ചുവന്നാലോ?
എന്റെ ചരിഞ്ഞ തീരത്തെ
മണൽത്തരികളത്രയും
ആരെങ്കിലും എണ്ണിത്തീർത്താലോ?

ഫിസിക്സ് ക്ലാസ്

വൈദ്യുതപ്രവാഹം

നിന്റെ വിരൽത്തുമ്പുകൾ
എന്റെ നീലയുടുപ്പിൽ
മിന്നൽപ്പിണരുകൾ കോറി.
താളുകൾ മറിഞ്ഞു.
കവിതയുടെ വരികൾ പലതും
ഒച്ചയില്ലാതെ കീറി.
എന്റെ ഞരമ്പുകളിലൂടെ
ഭൂമിയുടെ ചൂടൊഴുകി.
നിന്റെ കൺപീലികളിൽ
എന്റെ കിനാക്കളുടക്കിയ
പൊള്ളുന്ന കടൽപ്പരപ്പിൽ
വീണ്ടും വീണ്ടും
മിന്നലുകളുണ്ടായി.

വൈദ്യുതകാന്തികപ്രേരണം

എന്റെ ഉള്ളംകൈയിൽ
ചെമ്പരത്തിമണമുള്ള
ഒരു ചോര കറുത്ത കവിത.
മിന്നലുകൾക്കിപ്പുറം
നിന്റെ ശബ്ദം.
അച്ചുതണ്ടൊടിഞ്ഞ
എന്റെ ഭൂമി
താഴേക്കു താഴേക്കു വീണു.
മിടിപ്പുകളിൽ
പ്രേരണയുടെ പുതിയ താളങ്ങൾ,
താളംതെറ്റലുകൾ.

പ്രകാശപ്രകീർണനം

നീയെന്റെ മഴവില്ലിൽ
ചുവപ്പിനെയെടുത്ത്
വയലറ്റിനൊപ്പം തൂകി.
എന്റെ മഞ്ഞയും പച്ചയും
കൈകൾ കോർത്ത്
ഓടിപ്പോയി.
ഓർമയിലലിഞ്ഞ്
വർണരാജികൾ ഒലിച്ചിറങ്ങി.
നിന്റെ വെളിച്ചം
എന്റെ വാക്കുകളിൽത്തട്ടി
കവിതയായിച്ചിതറി.

ടിൻഡൽ പ്രഭാവം

എന്റെ ചിറകനക്കങ്ങളെ അടച്ചുപൂട്ടി
ഞാൻ കവിതയുടെ ഓട്ട മേഞ്ഞു.
ഓട്ട തീർന്നിട്ടും
തീരാതിരുന്ന ഒരു തുണ്ട് ആകാശത്ത്
ഓർമയുടെ ചില്ലിട്ടു.
എന്റെ നോട്ടം പാളിയപ്പോൾ
നിന്റെ തിളക്കം ചാഞ്ഞുവീണു.
തറയിലെല്ലാം
എന്റെ കെട്ടു പൊട്ടിയ പൂക്കാലങ്ങൾ.

ന്യൂക്ലിയർ ഫ്യൂഷൻ

അക്ഷരങ്ങളിൽ തല വെച്ചു കിടന്ന്
ഞാൻ മയങ്ങിപ്പോയി.
ഓർമകളിലെവിടെയോ
നീ പതുക്കെ പൊട്ടിത്തെറിച്ചു.
കവിതയുടെ തരികൾ
വലുതായി വലുതായി വന്നു.
ഞാനുണർന്നു.
ഇടനാഴിയിൽ പിന്നെയും
ആകാശത്തിന്റെ കാലിടർച്ചകൾ.

തോണി

ഭൂമി മണക്കുന്ന നീലനീല ആകാശം
താഴത്തെ തണുത്ത തോട്ടിലൂടെ
ഒരു കുഞ്ഞിത്തോണി കയറിപ്പോയി.
കരയിലിരുന്ന് നമ്മൾ
വിരൽത്തുമ്പുകളിൽ പരസ്പരം
നക്ഷത്രങ്ങൾ കൊരുത്തെടുത്തു.
മഴയുടെ വേരുകൾ
എന്റെ കാലുകളിൽ പടരുമ്പോൾ
നിന്റെ നെഞ്ചിടിപ്പിൽ ഓളംവെട്ടലുകൾ.
ഈ നനഞ്ഞ മണ്ണിന്റെ കവിതയിൽ
എത്ര വിത്തുകളുണ്ട്?
എത്ര ഒഴുക്കുകളുണ്ട്?
എത്ര ശലഭങ്ങളുണ്ട്?
നിന്റെ നോട്ടങ്ങൾ പാറിപ്പറന്ന്
എന്റെ വാക്കുകളിൽ ചിറകടിച്ചു.
ചിലപ്പോഴൊക്കെ
കവിത വരുന്നത്
ഒച്ചയുണ്ടാക്കാതെയാണ്.
നനവിന്റെ കുളിരു പൊടിച്ച പായലിൽ
നമ്മൾ ഇലകളെ നോക്കിക്കിടന്നു.
ഓളങ്ങളിൽ നിലാവു മറിച്ച്
ആ കുഞ്ഞിത്തോണി
പതുക്കെ തിരിച്ചുവന്നു.

കോലേക്കേറി മറിയ

അവള് നടക്കാൻ പഠിച്ചതേ...
ആ ആലിന്റെ കൊമ്പത്താ.
നീണ്ട വാലും
കണ്ണില് കാട്ടുമുള്ള
കൊരങ്ങിൻകൂട്ടത്തിലിരുന്ന്
പേരയ്ക്കാ പറിച്ച് പങ്കിട്ടാ
അവള് വല്യതായെ.
അടുപ്പിന്റെ വിളി
കനല് പോലെ വിങ്ങിയുരുകുമ്പം
അവള് അമ്പാഴത്തേലിരുന്ന്
പച്ചെല പറിച്ച് തിന്നു.
എലഞ്ഞരമ്പിലെ കവിതയ്ക്ക്
എന്താ രുചി!
നീളനുടുപ്പെല്ലാം ഊരിയെറിഞ്ഞ്
ആകാശത്തിനിട്ടൊരു
തൊഴീം കൊടുത്തേച്ച്
അവള് കാറ്റാടിമരത്തേൽ
തൂങ്ങിക്കെടക്കുന്നത്
മണ്ണിന്റെ ഓർമേട്ടുള്ളില് താമസിക്കുന്ന
കറുത്ത ഉറുമ്പുകള് കണ്ടിട്ടുണ്ട്.
അവളെ സൂക്ഷിക്കണം.
എങ്ങോട്ട് വേണേലും
കേറിക്കേറിയങ്ങ് പോകുവെന്നേ...
കോലേക്കേറി മറിയ!

കള്ളൻ

അവൻ കള്ളനാണ്.
അവനുടുത്തിരിക്കുന്നത്
കാടിന്റെ രാത്രികളെയാണ്.
അവന്റെ ഞരമ്പുകൾ പോലും
അവന്റെ സ്വന്തമല്ല.
അത് കവിതയുടേതാണ്.
ഓർമകളിൽ നിന്നും
അവൻ വേരുകൾ കവർന്നിട്ടുണ്ട്.
ഭൂമിയുടെ ആത്മാവു കുഴിച്ച്
വിങ്ങുന്ന തീ കട്ടിട്ടുണ്ട്.
ഇനിയുമവനെ
വെറുതെ വിടരുത്.
വിശപ്പിന്റെ കൈപ്പിടിയിൽ നിന്നും
അവൻ ജീവിതം തട്ടിപ്പറിച്ചിട്ടുണ്ട്.

ഒരിക്കൽ എല്ലാം സുന്ദരമായിരുന്നു

ഓർമകളിലൂടെ പാളംതെറ്റിയോടുന്ന
ഒരു നീലത്തീവണ്ടിയിൽ
വിഷാദം പാറുന്ന വിൻഡോ സീറ്റിലിരുന്ന്
വൈകുന്നേരവെളിച്ചം
ഒറ്റയ്ക്കെങ്ങോട്ടോ പോകുന്നു.
പൂക്കൾ കൊണ്ട് കീറിയ
ആ പഴയ വെള്ളയുടുപ്പ്
ആമ്പലുകളെയും
ആകുലതകളെയുമുരുമ്മി
ഒച്ചയില്ലാതെയൊഴുകുന്നു.
മേൽക്കൂരകൾക്കപ്പുറം നീയും
ഘടികാരത്തിനിക്കരെ ഞാനും
മീനുകളെ എത്തിനോക്കുന്നു.
വാരിയെല്ലുകളിൽ
മഴക്കാലം വിങ്ങിനിൽക്കുന്നു.
മറവിയുടെ കടുംനിറങ്ങളിൽ
തെരുവോരത്ത് പൊട്ടിമുളച്ച
ഒരു കൊച്ചു പവിഴപ്പുറ്റ്
കടലിനു വേണ്ടി തേങ്ങിക്കരയുന്നു.
നിന്റെ കവിതയും കാലൊച്ചയും
കിനാവിൽ നിന്നിറങ്ങിപ്പോകുമ്പോൾ
ഞാനതിന് പറഞ്ഞുകൊടുക്കുന്നു,
“ഒരിക്കൽ എല്ലാം സുന്ദരമായിരുന്നു.”

തീൻമേശ

ഞങ്ങളുടെ തീൻമേശയിലൂടെ
ഒരു വരയൻപൂച്ച ഓടിക്കളിക്കാറുണ്ട്.
അതിന്റെ തുറിച്ച പച്ചക്കണ്ണുകൾ
വിശപ്പു പോലെ തിളങ്ങാറുണ്ട്.
ഞങ്ങളുടെ തീൻമേശയിൽ
ഇലകളില്ലാത്ത ഒരു മരം വളരുന്നുണ്ട്.
ചുവട്ടിൽ വരണ്ട ഭൂമിയും
പായലിന്റെ കിണറുമുണ്ട്.
മേശപ്പുറത്ത് വിരിച്ച തുണിയിൽ
ഇരുട്ടിന്റെ നനഞ്ഞ കറകളുണ്ട്.
ഉറക്കത്തിന് വിലങ്ങു വീഴുന്ന
മുറിഞ്ഞുകീറിയ രാത്രികളിൽ
ഞങ്ങൾ ചിലപ്പോൾ
തീൻമേശമേൽ കിടക്കാറുണ്ട്...
പനിച്ച സ്വപ്നങ്ങളുടെ
നിശബ്ദമായ
ശ്മശാനത്തിലെന്ന പോലെ.

നവംബർ

നവംബർ
പൊഴിച്ചിട്ടുപോയ ഇലകൾ
എന്റെ വിഷാദത്തിന്റെ
മുറ്റത്ത്
ആറാതെ കിടക്കുന്നു.
മരച്ചുവട്ടിലിപ്പോഴും
മഞ്ഞുകാലമാണ്.
ഒരിക്കൽ
നീയിരുന്നതുകൊണ്ടാവണം
ഈ കൽപ്പടവിൽ
നീലനീലത്തണുപ്പ്.
നമുക്കിടയിൽ ശേഷിക്കുന്നത്
ഒരു കവിതയകലം മാത്രം.
കൈകൾ കോർത്തുപിടിച്ച്
നിശബ്ദതയുടെ ആഴം
മുറിച്ചുകടന്ന്
നമുക്ക് നടന്നുപോയാലോ...
മഞ്ഞുകട്ടകളിൽ
പൂക്കൾ പൊട്ടിവിരിഞ്ഞ
അടുത്ത നവംബറിലേക്ക്?

സ്കൂൾക്കുട്ടി

നക്ഷത്രഖനികളുടെ മലകളിൽ നിന്നും
കാട്ടുപൂക്കൾ പൊട്ടിച്ചിരിക്കുന്നു.
കുഞ്ചിരോമങ്ങളിൽ കനവു പറത്തി
വെയിലിന്റെ കുതിര
കവിതയിലേക്കു കുതിച്ചുചാടുന്നു.
തകർന്ന പട്ടണങ്ങളിൽ
ആകാശം ഒഴുകിനിറയുന്നു.
കത്തുന്ന ഞരമ്പുകൾ തെളിഞ്ഞ
ഒരു മുറിവേറ്റ കൈ
വലിഞ്ഞുമുറുകിയ കമ്പികൾ
മധുരമായി മീട്ടിപ്പൊട്ടിക്കുന്നു.
ഇലകളുടെയും
പകലുകളുടെയും ബാൽക്കണിയിൽ
വെളിച്ചം പാടാൻ വിളിക്കുന്നു.
മിണ്ടാതെയൊന്ന് നിശ്വസിച്ച്
ഞാൻ പാഠപുസ്തകം തുറക്കുന്നു.

കാഫ്കയും പിന്നെ ഏതോ ഒരു പെൺകുട്ടിയും

ഒരിക്കൽ
ഏതോ ഒരു പെൺകുട്ടി
കാഫ്കയുമായി പ്രണയത്തിലായി.
അവൾ പമ്മിച്ചെന്ന്
വാക്കിന്റെ മുറിവുകളിൽ
പൂക്കൾ തിരുകി.
ഇരുട്ടിന്റെ നടപ്പാതകളിൽ
നിലാവിന്റെ പട്ടങ്ങൾ പറത്തിവിട്ടു.
കടലായി പെയ്തു.
ഭൂമിയായി ഒഴുകി.
കുതിരസവാരിക്കാരന്റെ
മുടിയിഴത്തുമ്പിലെ
ഒരിറ്റ് സൂര്യനായി
അവൾ മഞ്ഞുകാലം കടന്നു.
ഇറച്ചിവെട്ടുശാലയിലെ സ്വപ്നങ്ങൾക്ക്
കവിത കൊണ്ട് ചായം തേച്ചു.
കോടതിമുറിയിൽ നിന്നും
ആകാശത്തെ ഇറക്കിക്കൊണ്ടു വന്നു.
കറുപ്പും വെളുപ്പും മാത്രമുള്ള
കാഫ്കയുടെ തെരുവിൽ
അവളുടെ ചുവന്ന ഷൂസ്
അന്തിച്ചുമിന്നിനിന്നു.
അവളുടെ കാലൊച്ചകളിൽ

കാഫ്ക ചിരിച്ചു.
ചിലപ്പോഴെല്ലാം കരഞ്ഞു.
അവർ വിരലുകൾ കോർത്ത്
തലകീഴായ ലോകത്തിലൂടെ
തലയുയർത്തി നടന്നുപോയി.
അവരുടെ നിഴലുകൾ
വേരുകളിൽ കുടുങ്ങി
അങ്ങനെ കിടന്നു...
തകർന്നുപോയ ഓർമയുടെ
ചിറകടികൾ പോലെ.

അൽവാരോ*

അൽവാരോ, നീ
വേനൽമഴയുടെ പകലിൽ
ഓറഞ്ചുതോട്ടം കണ്ട സ്വപ്നം.
പേരില്ലാത്ത പ്രണയത്തിന്റെ
വേലിക്കൽ പൂത്തുവീണ
വയലറ്റുപൂക്കളുടെ മണം.
പഴകിയടർന്ന താളുകളുടെ
മുറിവുകളിലെ കവിത.
നിന്റെ ഓർമകൾക്കക്കരെ
ജലത്തിന്റെ കണ്ണാടിയിൽ
പച്ചകൾ മുളപൊട്ടുന്നു.
നിന്റെ വിരൽത്തുമ്പുകളിൽ നിന്നും
വെളിച്ചമിറ്റിറ്റുവീഴുന്നു.
നിനക്ക് പറയാനുള്ളതൊക്കെയും
നനഞ്ഞ വേരുകൾ പാടിയൊഴുകുന്നു.
അൽവാരോ, നിന്നെപ്പറ്റി
വൈകുന്നേരങ്ങൾ നിശ്വസിക്കുന്നു.
നിനക്കു മാത്രം കാണാനായി
കൽവിരികൾ കവിതയാവുന്നു.
കാപ്പിക്കടകളിലെ പുകച്ചുരുളുകളിൽ
നക്ഷത്രങ്ങളാറിത്തണുക്കുന്നു.

---

* വിശ്വോത്തര കവി പാബ്ലോ നെറൂദയുടെ പ്രിയകൂട്ടുകാരനായിരുന്നു അൽവാരോ. അയാൾ അതിമനോഹരമായി എഴുതുകയും പേരു പോലുമറിയാത്ത പെൺകുട്ടിക്ക് ആദ്യത്തെ കണ്ടുമുട്ടലിൽ വയലറ്റുപൂക്കൾ സമ്മാനിക്കുകയും ധാരാളമായി ഓറഞ്ചുകൾ അകത്താക്കുകയും ലോകം മുഴുവൻ അലഞ്ഞുതിരിയുകയും ചെയ്തു.

എന്നെ വിശ്വസിക്കരുത്

നിന്റെ ഹൃദയത്തിന്റെ ചഷകത്തിൽ
മുന്തിരിച്ചാറു നിറഞ്ഞിരിക്കുന്നു.
അൽവാരോ, നിന്നെയോർക്കാൻ
കാട്ടുപറവകൾ ഭൂമി തൊടുന്നു.
മഞ്ഞു പോലെ നീ മാഞ്ഞുപോകുന്നു.
മഴ പോലെ തെളിഞ്ഞുവരുന്നു.
മലനിരകൾ പാടിത്തുടങ്ങുമ്പോൾ
അൽവാരോ, നീ
വെള്ളാരങ്കല്ലുകളുടെ ഓർമയിലെ
കോടയുടെ നദി.

എന്നോടു ചോദിക്കരുത്

ഞാനെങ്ങനെയാണ്
കവിതയെഴുതാൻ തുടങ്ങിയതെന്ന്
എന്നോടു ചോദിക്കരുത്.
എന്റെ കുട്ടിക്കാലത്ത്
കൈതക്കാടുകളുടെ മധുരം മണക്കുന്ന
ഒരു വെള്ളിനദിയുണ്ടായിരുന്നു.
ഓർമകളുടെയും
നഷ്ടപ്പെട്ട ചിരികളുടെയും നദി.
കറുത്ത തോണിയുടെ
തുമ്പത്തു നിന്നും
ഞാൻ കവിതയിലേക്കു മറിഞ്ഞുവീണു.
ഒരു ദിവസം പൊടുന്നനെ
കിനാവു കുഴഞ്ഞ ഉറക്കത്തിൽ നിന്നും
ഞെട്ടിപ്പിടഞ്ഞെഴുന്നേറ്റ്
ഞാൻ കിടക്കയിലിരുന്നു.
രാത്രി ഞാനടച്ചുവച്ചിരുന്ന എന്റെ ജനാല
ആരാണിങ്ങനെ തുറന്നിട്ടത്?
ചില്ലുപാളികൾക്കിടയിലൂടെ
കവിത പമ്മിക്കടന്നുവന്നു.
ഞാൻ തൊട്ടുനോക്കി.
വിരലുകളിൽ വെളിച്ചം.
പണ്ടൊരിക്കൽ
എനിക്ക് പതിനാലു വയസ്സായപ്പോൾ
ഏഴു സ്വർഗങ്ങളുമടച്ചൊരു മഴ പെയ്തു.
മഴയുടെ താളുകൾ മറിഞ്ഞപ്പോൾ
പ്രണയം കൊണ്ട് പനി പിടിച്ച

എന്നെ വിശ്വസിക്കരുത്

രണ്ടു കണ്ണുകൾ തിളങ്ങി.
കവിതയെന്നെ നോക്കി.
നിശബ്ദതയുടെ ആഴക്കടലിൽ
തനിച്ചിരുന്ന് വലയെറിഞ്ഞപ്പോൾ
ഉപ്പൊലിക്കുന്ന കവിത കുടുങ്ങി.
തെരുവോരത്തൊരു കാടു നട്ടപ്പോൾ
കവിതയങ്ങനെ മുളച്ചുപൊന്തി.
മിടിപ്പുകളുടെ പാനപാത്രം കോരി ഞാൻ
വൈകുന്നേരവെളിച്ചം കുടിച്ചപ്പോൾ
കവിത പതുക്കെ തുടുത്തുതെളിഞ്ഞു.
ഞാനെപ്പോഴാണ്
കവിതയെഴുതാൻ തുടങ്ങിയതെന്ന്
എന്നോടു ചോദിക്കരുത്.

വേദനയുടെ വാഴ്വുകൾ

ഞാൻ
മനസ്സിലാക്കാൻ ശ്രമിക്കുകയാണ്.
എന്താണ് വേദന?
വേദനയെന്നാൽ
എന്റെ അസ്ഥിമജ്ജയിൽ മുങ്ങിക്കിടന്ന്
ആരോ പാടുന്ന പാട്ട്.
ഞാൻ മറന്നുപോയ
എന്റെ ഓർമകൾ
എന്നെ കൊളുത്തിവലിക്കുന്ന
തുറന്ന മുറിവ്.
എന്റെ ഞരമ്പുകളിൽ
അമർത്തിയമർത്തി കവിതയെഴുതുന്ന
ഒരു കൂർത്ത പേന.
ചിലപ്പോൾ തോന്നാറുണ്ട്
വേദനയ്ക്ക് മുഖമുണ്ടെന്ന്.
മുറിവേറ്റ ചുണ്ടുകളിൽ
മഴക്കാലമിറ്റിച്ചതന്ന്
നടന്നകന്ന
ആരുടെയോ മുഖം.
ഇടയ്ക്കൊക്കെ
വേദനയ്ക്ക് കാലൊച്ചയുമുണ്ട്.
ഹൃദയമിടിപ്പുകൾക്കിടയിലെ
ഇടനാഴിയിലൂടെ
അത് പതുക്കെ നടന്നുവരും.
വേദന
വേരുപടലങ്ങളുടെ ആകാശമാണ്.

എന്നെ വിശ്വസിക്കരുത്

അതിന്
കാട്ടുജലത്തിന്റെ നിറമാണ്.
ഉറക്കം വരാത്ത രാത്രികളിൽ
രോമകൂപങ്ങളിൽ വന്നിറ്റിനിൽക്കുന്ന
കടുംചുവപ്പിന്റെ മണവും.
വേദന
ഭൂമിയുടെ അകക്കാമ്പിലെ
സംഗീതമാണ്.
എന്റെ ഭാഷയുടെ പുതപ്പാണത്.
കിനാവു കൊണ്ടും
വിഷാദം കൊണ്ടും
കീറലുകൾ തുന്നിയ
ഒരു നനഞ്ഞ പുതപ്പ്.

പട്ടാളക്കാരന് ഒരു പിടി നക്ഷത്രങ്ങൾ

സ്വപ്ന ങ്ങളുടെയും നിലവിളികളുടെയും
മരവിച്ച ശവങ്ങൾക്കിടയിൽ
നീയെത്ര കാലമായി
തോക്കുമേന്തി നിൽക്കുന്നു...
എനിക്കറിയാം
നിനക്കൊരു ഹൃദയമുണ്ടെന്ന്;
വെടിയൊച്ചകൾക്കടിയിൽ
അതിന്റെ മിടിപ്പുകൾ
ആരും കേൾക്കുന്നില്ലെങ്കിലും.
നിന്റെ ബൂട്ടുകൾ
കീറിപ്പൊളിഞ്ഞിരിക്കുന്നു.
എത്ര ചവിട്ടിയമർത്തിയാലും
നനവാർന്ന മൂടൽമഞ്ഞിൽ നിന്നും
പഴയ പകലുകൾ പൊന്തിവരും.
ഇത്തിരി കൂടി
വെളിച്ചമുണ്ടായിരുന്നെങ്കിൽ
എനിക്കു നിന്നെ
യുദ്ധഭൂമിയിൽ നിന്നും
ഒളിച്ചുകടത്താമായിരുന്നു.
എന്റെ നനുത്ത കവിതയ്ക്കുള്ളിൽ
നിന്നെ സുരക്ഷിതനാക്കാമായിരുന്നു.
പക്ഷികളും മീനുകളും
ബാക്കിയുണ്ടായിരുന്നെങ്കിൽ
നിന്റെ മുറിവുകളിൽ
ഞാൻ കണ്ണുനീരിന്റെ ഇതളുകളടർത്തി
നിലാവു വെച്ചു കെട്ടുമായിരുന്നു.
നിന്റെ കത്തുന്ന ഓർമയിൽ നിന്നും
പുകമണം മായ്ച്ചുകളയുമായിരുന്നു.
പകരം മഴക്കാടുകൾ നടുമായിരുന്നു.
നമ്മുടെ മുറ്റത്ത്

എന്നെ വിശ്വസിക്കരുത്

പനിനീരുകൾ പൂക്കുമായിരുന്നു.
പൂത്തിരികൾ ഓടിക്കളിക്കുമായിരുന്നു.
എന്റെ താളുകളിൽ
നീ പതുക്കെ കവിത കുറിക്കുമായിരുന്നു.
ആകാശമിപ്പോഴും
നീലയായിരുന്നെങ്കിൽ
പട്ടാളക്കാരാ, നിന്നെ ഞാൻ
പാട്ടുകളുടെയും പുഞ്ചിരികളുടെയും
തോട്ടത്തിൽവച്ച് കണ്ടുമുട്ടുമായിരുന്നു.

ഹാക്കർ

എന്റെ ഗാലറിയിലെ
പല നിറമുള്ള ഓർമകളിൽ
നിന്റെ കാൽപ്പാടുകൾ
പതിഞ്ഞുകിടപ്പാണ്.
അത് പിന്നെ
പോട്ടേന്ന് വെക്കാം.
പക്ഷേ
എന്റെ കീപാഡിൽ തട്ടി
നിന്റെ നോട്ടം മാത്രമിങ്ങനെ
പ്രതിധ്വനിച്ചുകൊണ്ടിരിക്കുന്നതോ?
സ്ക്രീനിനകത്തെവിടെയോ
മഴക്കാലം പെയ്തുകൊണ്ടിരിക്കുന്നു.
എന്റെ കവിതയെന്തിനാണ്
നിന്റെ വിരൽത്തുമ്പുകളിലേക്ക്
ഒളിച്ചോടുന്നത്?
ഓ... ചിലപ്പൊ
നീ ഹാക്കറായതുകൊണ്ടാവും.

മോപ്പസാങ്ങ്, നിങ്ങൾ മരിച്ചുവോ?

ഇന്നലെയാണ് ഞാനറിഞ്ഞത്
പതിറ്റാണ്ടുകൾക്കു മുൻപ്
നിങ്ങൾ സ്വന്തം കഴുത്തറുത്തെന്ന്.
എങ്ങനെ, മോപ്പസാങ്ങ്?
നിങ്ങൾ നിലാവിന്റെ കത്തി കൊണ്ട്
ഞരമ്പുകളിൽ ചിത്രം വരച്ചതാണോ?
അതോ നിങ്ങൾ
രക്തത്തിന്റെ കവിതയ്ക്ക്
ജീവൻ കൊണ്ട് തലക്കെട്ടിട്ടതോ?
നിങ്ങൾക്കെങ്ങനെ തോന്നി
തെരുവിലലയുന്ന കഥകളെ
ബാക്കിവെച്ചിട്ട് പോകാൻ?
അക്ഷരം കൊണ്ട് ജീനി കെട്ടിയ
വെളിച്ചത്തിന്റെ കുതിരയെ
പാതിവഴിയിൽ തനിച്ചാക്കാൻ?
വിശക്കുമ്പോൾ വാക്കെടുത്ത് തിന്ന
കൊച്ചുപെൺകുട്ടിയെ ഉപേക്ഷിക്കാൻ?
ഇല്ല, മോപ്പസാങ്ങ്, നിങ്ങൾക്ക്
മരിക്കാനനുവാദമുണ്ടായിരുന്നില്ല.
താളുകൾക്ക് ജീവിതത്തിന്റെ നിറമാണ്.
മോപ്പസാങ്ങ്, നിങ്ങളുടെ
മുറിഞ്ഞ കഴുത്തിലൂടെ
ഭാവന ഉറവ പൊട്ടുന്നു.
മുറിവു തുന്നുന്നു.

എന്നെ വിശ്വസിക്കരുത്

നിങ്ങൾ കഴുത്തറുത്താലും
സ്വയം മായ്ച്ചുകളഞ്ഞാലും
ഉടലിൽ നിന്നും
ആത്മാവിനെ പറിച്ചെറിഞ്ഞാലും
ഒരിക്കലും മഷിയുണങ്ങാത്ത
നനഞ്ഞ വരികളിലൂടെ
നിങ്ങൾ പിന്നെയും കിനിഞ്ഞുവരുന്നു.
കാരണം, മോപ്പസാങ്
നിങ്ങൾക്ക് മരണമില്ല.

വൈകുന്നേരങ്ങളുടെ ഓർമയ്ക്ക്*

പണ്ടുപണ്ട്
ഇതുപോലൊരു വൈകുന്നേരമാണ്
ചുവന്ന ആകാശങ്ങളുടെ
അങ്ങേച്ചരിവിലെ കൊട്ടാരത്തിൽ
ഒരു രാജകുമാരി
ഒരു കോമാളിയെ കണ്ടുമുട്ടിയത്.
അലങ്കാരവിളക്കുകളിൽ
സ്വപ്നങ്ങൾ തെന്നിപ്പറന്ന
മുടിച്ചുരുളുകളുടെ പേര്
ചിലപ്പോൾ പ്രണയമെന്നായിരുന്നിരിക്കും.
രാജകുമാരിയുടെ സ്വർണച്ചങ്ങലകളിൽ
കോമാളി പതുക്കെപ്പതുക്കെ
കവിതയുരുക്കിയൊഴിച്ചു.
അവന്റെ
എപ്പോഴും ചിരിക്കുന്ന മുഖത്ത്
അവൾ
ചിരിക്കാത്ത ചുണ്ടുകൾ കണ്ടെത്തി.
നിലാവിന്റെ വിരലുകളമർത്തി
അവൾ ചായങ്ങൾ തുടച്ചുകളഞ്ഞു.
അവൻ കരഞ്ഞുകൊണ്ടിരുന്നു.
രാജകുമാരിയുടെ വിഷാദത്തിൽ നിന്നും
ഇത്തിരി വീഞ്ഞു കവർന്നതിന്

* എഡ് ഷീറന്റെയും റ്റെയ്‌ലർ സ്വിഫ്റ്റിന്റെയും "ദ ജോക്കർ ആൻഡ് ദ ക്വീൻ (The Joker and the Queen)" എന്ന ഗാനം ഈ കവിതയ്ക്ക് പ്രചോദനമായി.

എന്നെ വിശ്വസിക്കരുത്

കോമാളി തുറുങ്കിലടയ്ക്കപ്പെട്ടതും
ഇതുപോലൊരു വൈകുന്നേരമാണ്.
മുറിവുകളിലൂടെ
അവളുടെ ഓർമകൾ കിനിഞ്ഞപ്പോൾ
അവൻ കവിത വാർന്നു മരിച്ചു.
വൈകുന്നേരങ്ങൾ പിന്നെയും
മാഞ്ഞുകൊണ്ടിരിക്കുന്നു.
എന്നിട്ടും
ഇപ്പോഴും
ചുറ്റിനും വെള്ളച്ചായം പുരട്ടിയ
രണ്ട് നിറഞ്ഞ കണ്ണുകൾ
നിഴലുകൾക്കപ്പുറത്തു നിന്നും
മിന്നിക്കൊണ്ടിരിക്കുന്ന പോലെ.

കോഴിച്ചോര

കോഴിക്കടയിൽ പണിയെടുക്കുന്ന
ഒരിച്ച*യുണ്ടോ നിങ്ങൾക്ക്?
ഒരു കോഴിയെ
എങ്ങനെ അറുക്കാമെന്ന്
അവൻ നിങ്ങൾക്ക്
പറഞ്ഞുതന്നിട്ടുണ്ടോ?
ചിറകുകൾ-
ആകാശമറിയാത്തവ.
കാലുകൾ-
ഒരിറ്റ് ഭൂമിയെപ്പോഴും
ബാക്കിനിൽക്കുന്നവ.
കൊക്കുകൾ-
ഹാ, കൊക്കുകൾ!
മരണത്തിന്റെ വയറ്റിലും
വിശപ്പിന് കത്തലുണ്ടെന്ന്
നിങ്ങൾക്കറിയാമോ?
തൂവലുകളിൽ വിരൽ ചുറ്റി
ഒറ്റ വലിക്ക്
ജീവനുരിച്ചെടുക്കുന്നതിനെപ്പറ്റി
അവനൊരുപാടുണ്ടാവും
പറയാൻ.
അവൻ കൈയുറകളിടാറില്ല.
ഞരമ്പുകളും മുറിവുകളും തിണർത്ത
കൈകൾക്കു മാത്രമേ
മിടിപ്പിനുമേൽ പിടിമുറുക്കാനാവൂ.

---

* ഇച്ച എന്നാൽ മുതിർന്ന സഹോദരൻ..

അതേ...
ചോരയ്ക്ക്
വല്ലാത്ത വഴക്കലാണ്.
കോഴിക്കടയുടെ ചുമരുകളിൽ
എന്തെല്ലാമോ തെറിച്ച്
ചോരയും വിഷാദവും
നഷ്ടപ്പെട്ട വെളിച്ചങ്ങളും ചിതറി
കറ പിടിച്ചിട്ടുണ്ട്.
പാതി കോഴികളുടേതാണ്.
മറുപാതി
അവന്റേതും.
അവന്റെ പാതിയുടെ പാതി
ചിലപ്പോൾ എന്റേതും.
ആലോചിച്ചിട്ടുണ്ടോ നിങ്ങൾ
എപ്പോഴെങ്കിലും?
നാറുന്ന ഇരുട്ടിലും
ഇരുട്ടിന്റെ
കീറിപ്പൊളിഞ്ഞ മജ്ജയിലും
പലരുമുണ്ടാകും.
പലരും പലരും.
നട്ടപ്പാതിരയ്ക്ക്
ഇല്ലാത്ത കിനാക്കളുടെ
ഒല്ലി* പുതച്ചുറങ്ങുമ്പോൾപ്പോലും
അവന്റെ കൈകളിൽ
കോഴിച്ചോര കാണും.
ചോരമണം കാണും.
വിളക്കുകളുടെ തീൻമേശയിൽ
വെളിച്ചം വിളമ്പിവെക്കുന്ന
അത്താഴത്തിനും കാണുമോ
ചോരമണം?
നിങ്ങൾക്കൊന്ന് മണപ്പിച്ചുനോക്കണോ
മുന്നിലിരിക്കുന്നയാ വെളുത്ത പാത്രം?
കഴുത്തിന്റെ ആഴത്തിലേക്ക്
കത്തി മുക്കിയിറക്കുമ്പോൾ
കോഴിയുടെ കണ്ണുകൾ

* ഒല്ലി എന്നാൽ പുതപ്പ്

തള്ളിപ്പുറത്തുവരും.
പകച്ച നോട്ടത്തിന്
രുചി തോന്നുന്നുണ്ടോ?
അവന്റെ നോട്ടത്തിലും
ചിലപ്പോഴുണ്ട് പകപ്പ്.
എന്റേതിലും
കാണുമായിരിക്കും...
അല്ലെങ്കിലും
വിശപ്പിന്റെ വയറ്റിലെ ഇരുട്ടാണല്ലോ
മരണം.

വാഴവസന്തം

വാഴ പൂക്കുന്നത്
കണ്ടിട്ടുണ്ടോ?
പകലിൽ കോർത്ത്
ഒരു മുഴം വെയിലു വേണം.
കൂടില്ലാത്ത പറവകളുടെ
ആകാശത്തിന്റെ
ആഴം വേണം.
വാഴയ്ക്ക് പൂക്കാൻ
എന്റെയും നിന്റെയും
കള്ളനോട്ടങ്ങളുടെ
മിന്നിച്ച വേണം.
വാഴ പൂക്കുമ്പോഴാണ്
വസന്തമുണ്ടാകുന്നത്.
ഇലകളുടെയും
വിളറിയ തണ്ടുകളുടെയും കാട്ടിൽ
നമ്മൾ
ആദിയിലെന്ന പോലെ
അലഞ്ഞുതിരിയുമ്പോൾ
വേരുപടലങ്ങളിൽ
വാഴപ്പൂക്കൾ തടയുന്നു.
തേനിനൊപ്പം
വെളിച്ചവും കിനിയുന്നുണ്ട്.
നമ്മുടെ അതിർവരമ്പുകളിൽ
വാഴകൾ പൂത്തുമറിഞ്ഞ്
നിരന്നുനിൽക്കുന്നു.
വരമ്പുകൾ കാണാതാകുന്നു.
വാഴപ്പൂക്കൾക്ക്
തോട്ടുവെള്ളത്തിന്റെ നിറം.
വെള്ളത്തിനടിയിലെ വാസന.
മഴ ചാറുമ്പോൾ
ഒന്ന് വെയിലിലേക്കു കാതോർത്താൽ
കേൾക്കാം...
വാഴകൾ പൂക്കുന്ന ശബ്ദം.

പോകും മുമ്പ്

നമുക്കേയ്...
ആത്മഹത്യ ചെയ്യാൻ പോകാം.
പോകും മുമ്പ്
കൊറച്ച് കാര്യങ്ങളൊന്ന്
ശരിയാക്കാനുണ്ട്.
എന്റെ കവിതകളൊക്കെ
എവിടുന്നാ വരുന്നതെന്ന്
നീ കണ്ടിട്ടില്ലല്ലോ...
അത് കണ്ടുകഴിഞ്ഞിട്ട് ചെയ്യാം
ആത്മഹത്യ.
പിന്നെ
നീ പാടുന്നത് ഞാൻ കേട്ടിട്ടേയില്ല.
അതും കഴിഞ്ഞ് പോയാപ്പോരേ
നമുക്ക്?
പച്ചില വിരിഞ്ഞുവരുന്നത്
ഞാനും നീയും കണ്ടിട്ടില്ല.
പൊരപ്പൊറത്തിരുന്ന് നോക്കുമ്പൊ
പട്ടണത്തിന്റെ ആത്മാവിലൂടെ
വിളക്കുമാല തെളിയുന്നതോ?
ക്യാൻവാസില് ചായം തേക്കുമ്പൊ
കാട് പൂക്കുന്നത് മണത്തിട്ടില്ല.
പറവകളുറങ്ങുന്നത് കണ്ടിട്ടില്ല.
മഴ നിവർത്തിയിടുന്ന
തിരശ്ശീല നീക്കി നോക്കീട്ടില്ല.
നമ്മളുണ്ടല്ലോ...
ചോന്ന വീഞ്ഞിന്റെ
മധുരത്തിൽ പിടിച്ചുകേറി
വെളിച്ചത്തിന്റെ മുന്തിരിവള്ളികളിൽ
കുരുങ്ങിപ്പോയിട്ടില്ല.
ഗിറ്റാർ കമ്പികൾ കൊണ്ട്
ഹൃദയം മുറിഞ്ഞിട്ടില്ല.
വൈകുന്നേരങ്ങളെ തൊട്ട്

നാവിൽ വെച്ചിട്ടില്ല.
നട്ടപ്പാതിരയ്ക്ക് തോട്ടിലിറങ്ങീട്ടില്ല.
നിലാവു കുടിച്ച് ലക്കുകെട്ട്
നമ്മള് റോഡിൽക്കിടന്നുറങ്ങീട്ടില്ല.
പേനത്തുമ്പകത്തുകടത്തി
ഹൃദയമിടിപ്പളന്നിട്ടില്ല.
ആകാശത്ത് ചിത്രം വരച്ചിട്ടില്ല.
അസ്തമയത്തിന്റെ പൂൽത്തണ്ടുകളെ
ഉമ്മ വെച്ചിട്ടില്ല.
കടലിൽ നിന്നൊരു കൈക്കുടന്ന
കട്ടുകുടിച്ചിട്ടില്ല.
ശ്ശൊ...
എന്തോരം കാര്യങ്ങളാ ലേ?
എന്നാപ്പിന്നെ
നമുക്കൊരു കാര്യം ചെയ്യാം.
നമുക്കേയ്...
ചുമ്മാ പോയങ്ങ് ജീവിക്കാം.

വെളുപ്പ്

മരണം കറുത്തിട്ടല്ല.
വെളുത്തിട്ടാണ്.
ഞങ്ങളുടെ മൺതൊലിയിൽ
ചിത്രം വരച്ച വെടിയുണ്ടകൾക്ക്
ഒരിക്കലും തീയുടെ മണമായിരുന്നില്ല...
മരവിപ്പായിരുന്നു.
വെളുവെളുത്ത മരവിപ്പ്.
നിങ്ങൾ ഞങ്ങളെ
ഞങ്ങളുടെ നനഞ്ഞ ഇരുട്ടിന്റെ
കൂടാരത്തിൽ നിന്നും
വലിച്ചിഴച്ചു പുറത്തിട്ടു.
ഞങ്ങളുടെ അസ്ഥിമജ്ജയിൽ
നിങ്ങളുടെ ബൂട്ടുകളുടെ
വെളുത്ത പാടു പതിപ്പിച്ചു.
ഞങ്ങളുടെ കവിതയുടെ തലയറുത്തു.
രക്തമൊലിപ്പിച്ച്
അത് വേച്ചുവേച്ചുയർന്നപ്പോൾ
നിങ്ങൾ വീണ്ടുമതിനെ
വെടിയൊച്ചകൾ കൊണ്ടു പുതപ്പിച്ചു.
ഞങ്ങളുടെ കറുത്ത കാലുകളെ നിങ്ങൾ
രാത്രിക്കിരുപുറം അകത്തിവെച്ച്
ചട്ടം നീട്ടി വരിഞ്ഞുകെട്ടി.
ഞങ്ങളുടെ മുടിച്ചുരുകൾ
നിങ്ങൾക്കു മുന്നിൽ വെളുത്തു...
വല്ലാതെ.

നിങ്ങൾ ഞങ്ങളുടെ നാട്ടു നീളെ
കഴുമരങ്ങൾ നട്ടുവളർത്തി.
ഞങ്ങളുടെ കാൽപ്പാടുകളെ
വിഷമൊഴിച്ച് മായ്ച്ചുകളഞ്ഞു.
നിങ്ങളുടെ മുഖങ്ങളിൽ നോക്കുമ്പോൾ
ഞങ്ങൾക്കു വീണ്ടും വീണ്ടും
വെളിപാടുണ്ടാകുന്നു...
മരണം
വെളുത്തിട്ടാണ്.

അവളെപ്പറ്റി നിങ്ങൾക്കെന്തറിയാം?

അവളുടെ കണ്ണുകളിൽ
നിങ്ങളെന്നും തിളക്കം കണ്ടു.
എന്നാൽ കണ്ണാടിയിലവൾ
കവിതയാണ് കണ്ടത്.
അവളുടെ വിരൽത്തുമ്പുകളിൽ
നിങ്ങളൊരു സ്പർശനത്തിന്റെ
മാധുര്യം മാത്രം കാത്തു.
അവയിലെരിഞ്ഞുകൊണ്ടിരുന്ന
തീയെ നിങ്ങളറിഞ്ഞില്ല.
അവളുടെ മാറിൽ
നിങ്ങൾ കണ്ടത് വെറും മുലകളാണ്.
അവിടെയുണ്ടായിരുന്നത്
ഒരു ഹൃദയം നിറച്ച വെളിച്ചമാണ്.
അവളുടെ കാലുകളെ
നിങ്ങൾ പൂന്തണ്ടുകളെന്ന് വിളിച്ചു.
അവയൊരിക്കലും
പൂന്തണ്ടുകളായിരുന്നില്ല.
ഭൂമിയുടെ അതിരു തകർക്കുന്ന
കാട്ടുകുതിരക്കുതിപ്പായിരുന്നു.
അവളുടെ മുടിയിഴകളിൽ
പരിമളം നിങ്ങൾ സങ്കൽപ്പിച്ചതാണ്.

പുകമണമാണതിന്.
കനൽ നിറഞ്ഞ ഒരു തലയുടെ ജ്വലനം.
അവളുടെ പാദങ്ങൾ
മണ്ണു വിട്ടുയർന്നപ്പോഴും
ചങ്ങലക്കിലുക്കങ്ങളില്ലാതെ
അവൾ ചിരിച്ചുകൊണ്ട്
പറന്നുപോയപ്പോഴും
നിങ്ങളവളുടെ നിഴലും നോക്കിയിരുന്നു.
അവളിപ്പോൾ
വെളിച്ചം പരത്താനുള്ള
വാക്കുകൾ മിനുക്കുകയാണ്.
കരുതിയിരുന്നോളൂ...
അവൾ കൊണ്ടുവരുന്നത്
തുടുത്ത വസന്തത്തെയല്ല
പൊട്ടിച്ചിരിക്കുന്ന കൊടുങ്കാറ്റിനെയാണ്.

തോറ്റ ബാഴ്സ

നീയെനിക്ക്
തോറ്റ ബാഴ്സ പോലെയാണ്.
നക്ഷത്രങ്ങൾ ബാക്കിയാക്കി
പടിയിറങ്ങിപ്പോയ
ഒരു കരഞ്ഞുചുവന്ന മുഖം.
കാംപ് നൗവിന്റെ ഹൃദയം പൊട്ടി
രക്തം പുരണ്ട ഗോൾവല.
ഗാലറിയിലിരുന്ന്
ജേഴ്സിയിൽ കണ്ണുനീർ തുടച്ച ആരോ
പാതിരാമഴയത്തുപേക്ഷിച്ച
ഒരു നനഞ്ഞ ചെണ്ട.
നീ കാരണം
എന്റെ കവിത നീറുന്നു.
ചിരികൾ പൊട്ടുന്നു.
പേരില്ലാത്തതെന്തോ
അസ്ഥിക്കുള്ളിലിരുന്ന് വിങ്ങുന്നു.
ബാഴ്സ തോൽക്കുമ്പോൾ
തോൽക്കുന്നതൊരു ഭൂപടമാണ്.
ആത്മാവു കൊണ്ട് വരച്ചുണ്ടാക്കിയ
അതിർത്തികളില്ലാത്ത ഭൂപടം.
നിന്റെ ഇല്ലാത്ത ചിരികൾ
എന്റെ വിരൽത്തുമ്പുകളിൽ
നൊന്തു വീങ്ങിനിൽക്കുന്നു.
ചിരിക്കുന്നവരെ വലിച്ചുതാഴെയിട്ട്
കത്തിപ്പോയ നിരാശ കൊണ്ട്
തലങ്ങും വിലങ്ങും മാന്തിപ്പറിച്ച്
ഒരു ഗാവി പിണങ്ങിപ്പോകുന്നു.
നാടോടിക്കഥകളിലെ
ഓറഞ്ചുതോട്ടത്തിൽ നിന്നും
പൊട്ടിവീണൊരു ഫ്രെങ്കി
പഴയൊരു ക്രൈഫിന്റെ
നനഞ്ഞ ഓർമകൾ തുടച്ചെടുക്കുന്നു.
എങ്ങുനിന്നോ വന്നുകയറിയൊരു

എന്നെ വിശ്വസിക്കരുത്

വിഷാദം പിടിച്ച ലെവൻ
വഴിതെറ്റിപ്പോയ ഗോളുകളിൽ നിന്ന്
പേക്കിനാവിലേക്കുള്ള ദൂരമളക്കുന്നു.
ഞാൻ എല്ലാം കളഞ്ഞിട്ട്
കരഞ്ഞുകൊണ്ടോടിപ്പോകുന്നു.
കവിത മോന്താൻ കൊതിയായി
നിന്നിലേക്കു തന്നെ തിരിച്ചുനടക്കുന്നു.
മുറിവുകളിലൂടെ
മഴയുടെ വേരുകളോടുന്നു.
ഇന്ദ്രജാലത്തിന്റെ കൗമാരത്തിൽ
കാലുകളുന്നിനിന്ന്
ഒരു കുഞ്ഞുമെസ്സി
കണ്ണു തുടച്ച് പുഞ്ചിരിക്കുന്നു.

കടലുകാരി

എന്റെ കവിതയ്ക്ക്
മീൻമണമാണ്.
തിരമാലകളുടെ ഉപ്പാണ്
എന്റെ കവിളുകളിലിങ്ങനെ
തിളങ്ങുന്നത്.
ഭൂമിയുണരുംമുൻപ്
ആഴക്കടലിനെ
കുലുക്കിയുണർത്തുന്ന ഞാൻ
തോണി തുഴയുന്നത്
വെള്ളത്തിന്റെയും വെളിച്ചത്തിന്റെയും
കൊടുമുടികളിലേക്കാണ്.
കടൽ തിളയ്ക്കുമ്പോഴും
പവിഴപ്പുറ്റുകൾ വെന്തുകൊടുക്കാറില്ല.
അതുപോലെയാണ് ഞാനും.
എന്റെ
നിറം മങ്ങിയ കുട്ടയിൽ
മീനും
തിരയും
വാക്കും
തീയുമുണ്ട്.
നക്ഷത്രങ്ങളെയും ഞാൻ
വലവീശിപ്പിടിക്കാറുണ്ട്.
കാരണം
ഞാൻ മീൻകാരിയല്ല
കടലുകാരിയാണ്.

ഈ കാലം

കറപിടിച്ച ചില്ലുഗോപുരത്തിന്റെ
കവെട്ടിത്തിളങ്ങുന്ന മട്ടുപ്പാവിൽ നിന്നും
ഹിറ്റ്ലർ പറന്നുപൊങ്ങുന്നു.
സൂര്യൻ നാടുകടത്തപ്പെടുന്നു.
തടങ്കൽപ്പാളയങ്ങളിൽ
കുഞ്ഞുങ്ങൾ ആകാശത്തെപ്പറ്റി
മായക്കഥകൾ ചമയ്ക്കുന്നു.
ഒടിഞ്ഞ എല്ലുകളെ
തടവുകുപ്പായം കൊണ്ടു പൊതിഞ്ഞ്
നമ്മൾ ഇരുട്ടിലേക്കു മടങ്ങുന്നു.
വിശപ്പിന്റെ വാതിലുകൾ
മരണത്തിലേക്കു തുറക്കുന്ന
പടിമേൽ കുനിയിരുന്ന് നമ്മൾ
ഓർമകളും തുവാലകളും തിന്നുന്നു.
ശൂന്യമായിത്തീർന്ന തെരുവുകൾ
കൂട്ടക്കൊല ചെയ്യപ്പെട്ട ചിരികളെപ്പറ്റി
ഒച്ചയില്ലാതെ ഞരങ്ങുന്നു.
ഹിറ്റ്ലർ നിവർന്നുനിന്ന്
അവയോടു പ്രസംഗിക്കുന്നു.
മുഖമില്ലാത്ത പട്ടാളം
പുകയിലേക്കു മാർച്ച് ചെയ്യുന്നു.
മുള്ളുവേലിയിൽ തലയുടക്കി
ജീവിതം പിടയുന്നു.
വാർന്നുപോകുന്ന രക്തമത്രയും
കൊട്ടാരവാതിൽക്കൽ തളംകെട്ടുന്നു.
ഇരുട്ടിലെ ശവക്കുനയിലെവിടെയോ

ഒരു പെൺകുട്ടിയുടെ ഹൃദയമനങ്ങുന്നു.
നിഴലുകളിൽ മറഞ്ഞാലും
ഹിറ്റ്ലർ പിന്നെയും മടങ്ങിവരുന്നു.
ഏകാധിപതികൾക്കു മരണമുണ്ടെന്ന്
തെരുവുതെണ്ടി വിളിച്ചുകൂവുന്നു.
നമ്മൾ നടന്നുകൊണ്ടിരിക്കുന്നു...
സൂര്യനെ തിരഞ്ഞുപിടിക്കാൻ.

മരിച്ച പെൺകുട്ടി

മരിച്ച പെൺകുട്ടിയെ
ഇരുട്ടിൽ തിരയരുത്.
അവളെയും കാത്ത്
ശ്മശാനത്തിനു മുന്നിലിരിക്കരുത്.
മഴക്കാലം ഉറങ്ങിക്കിടക്കുമ്പോൾ
ഇലകൾക്കിടയിൽ ചെന്നു നോക്കുക.
വിളക്കുകളൊഴുകുന്ന തെരുവോരത്തെ
കൽബെഞ്ചിലിരുന്ന്
അവളുടെ കാലൊച്ചകൾക്കായി
കാതോർക്കുക.
മരിച്ച പെൺകുട്ടിയെ
അന്തിവെയിലിന്റെ പുഞ്ചിരിയിൽ
പരതുക.
തുറമുഖത്ത് നങ്കൂരമിട്ട
കവിതകളിൽ തിരഞ്ഞുനോക്കുക.
വേനൽ വരച്ചുമറന്ന പെയിന്റിംഗുകളിൽ
അവൾക്കു വേണ്ടി കാത്തിരിക്കുക.
അവളുടെ വാക്കുകൾ
പെറുക്കിയെടുക്കുക.
ശ്വസിക്കുക.
മൂടൽമഞ്ഞു കൊണ്ട് മുഖം കഴുകി
കണ്ണുകൾ ചിമ്മിത്തുറന്ന് മെല്ലെ
അവളെ കാണുക.

ഓസ്കർ വൈൽഡിന്

വിഷാദത്തിന്
വിമുന്തിരിപ്പാടം നൽകിയ പേരാണ് നീ.
വിളക്കുകൾ മറിഞ്ഞ മേശമേൽ
നീ നിരത്തിവെക്കുന്ന ചഷകങ്ങളിൽ
പ്രണയം ഇരുണ്ടിരിക്കുന്നു...
ഒരു രാപ്പാടിയുടെ ഹൃദയരക്തം പോലെ.
തകർന്നുവീണ ജനൽച്ചില്ലുകളിൽ
നീ നിലാവു പരതി നടക്കുന്നു.
ഇടയ്ക്കൊക്കെ വിരലുകളിൽ
കവിത തടയുന്നു.
നിന്റെ ശ്വാസകോശങ്ങളിൽ
തിളങ്ങിക്കൊണ്ടിരിക്കുന്ന തണുപ്പാണ്
മഞ്ഞുകാലത്തിന്റെ പിറപ്പ്.
നിന്റെ കണ്ണുനീർ കാരണമാണ്
ശലഭങ്ങൾ
ആനന്ദത്തോടെ മരിക്കുന്നത്.
വേരുകൾ മൗനം വലിക്കുന്നത്.
തടവറച്ചുമരുകളിൽ നീ
പനിനീർമുള്ളുകൾ കോറുന്നു.
നിനക്കായി നീലക്കൂടാരങ്ങൾ
ആകാശമായി മാറുന്നു.
നിന്റെ അസ്ഥിമജ്ജയിൽ നിന്നും
മഴക്കാലങ്ങൾ ചോരുന്നു.
വിളക്കുമാടത്തിന്റെ മുകളിൽ
നീ കളഞ്ഞിട്ടുപോയ ഷൂസ് തേടി
നക്ഷത്രത്തിരമാലകൾ വരുന്നു.

എന്നെ വിശ്വസിക്കരുത്

ചിരിക്കുമ്പോൾ നീ കരയുന്നു.
കരയുമ്പോഴും നീ
കരയുകതന്നെ ചെയ്യുന്നു.
നിനക്കായി മലയോരങ്ങൾ
മിന്നാമിനുങ്ങുപാതകൾ തെളിച്ച്
ഒച്ചയില്ലാതെ കാത്തിരിക്കുന്നു...
ഇപ്പോഴും.

ബ്ലൂ ഗേൾ*

നീലകൾ ഒരുപാടുണ്ട്.
കിനാവിന്റെ വിടവുകളിലൂടെ
കവിതയൊലിക്കുന്ന
അർജന്റീനാ നീല.
ഓർമകളിൽ
പൂത്തിരി കത്തിച്ചുവിടുന്ന
ഫ്രാൻസിന്റെ നീല.
വിഷാദത്തിന്റെ പരപ്പുകളിൽ
ഓളംവെട്ടിക്കളിക്കുന്ന
ഇറ്റാലിയൻ നീല.
നീലകൾക്കവസാനമില്ല.
ഞരമ്പുകളിൽ തുടിക്കുന്ന
ബാഴ്സാ നീല.
വസന്തത്തിന്റെ അടിവേരിലെ
അഴകിറ്റിയ ചെൽസി നീല.
മാൻസിറ്റി നീല, മഴക്കാല നീല.
എന്റെ പന്തും നീല.
ഷൂസ് നീല, സ്വപ്നം നീല.
മൈതാനത്തിന്റെ മേൽക്കൂരയിലെ
ആകാശം നീല.
കടലുകൾ നീല, ഭൂമിയും നീല.
നീലയുടെ ഞൊറികളിൽ
നനഞ്ഞ മുത്തുകൾ
മിന്നിമിന്നിത്തെളിയുന്നു.

---

* ഫുട്ബോളിനായി രക്തസാക്ഷിയായ ഇറാനി പെൺകുട്ടി സഹർ ഖോദായരി, "ബ്ലൂ ഗേൾ" എന്നറിയപ്പെടുന്നു.

തെരുവിന്റെ ദുഃഖവും നീലയാണ്.
മറവിക്ക് തീറെഴുതാൻ വിധിക്കപ്പെട്ട
ഓർമകളും നീല തന്നെ.
മരണവും നീല, തീയും നീല.
ഞാൻ നീല, നീ നീല.
ഇല്ലാത്ത ടീമുകളും
കാണാത്ത തുറസ്സുകളും നീല.
ഓരോ തേങ്ങലിലും
പുതിയ നീലകൾ പിറക്കുന്നു.
മുറിവേറ്റ നീലകൾ
നക്ഷത്രങ്ങളിലേക്കോടിപ്പോകുന്നു.
കാലവും നീലയാണ്.
തണുതണുത്ത നീല.

ഇവാനുഷ്കയ്ക്ക്

ഞാൻ ഓർക്കുന്നുണ്ട്.
വിസ്മരിക്കപ്പെട്ട ഹേമന്തത്തെ.
അതിന്റെ പൂ തെറിച്ച കുറ്റിക്കാട്ടിൽ
കളഞ്ഞുപോയ പഴയ ഗിറ്റാറിനെ.
ആ പൊട്ടിയ കമ്പികളിലെവിടെയോവച്ച്
ഞാൻ അറിയാതെ കണ്ടെടുത്ത
ഒരു തലതിരിഞ്ഞ നിന്നെ.
കവിത വാറ്റിയ വോഡ്കയുടെ
തുളുമ്പിയ ചഷകങ്ങളിൽ നമ്മൾ
വൈകുന്നേരങ്ങളെ പകുത്തെടുത്തു.
അടുപ്പിൻതിണ്ണയിലെ കിനാക്കൾ
ശലഭക്കൂട്ടുകളെ പൊട്ടിച്ചിരിപ്പിച്ച്
കുതറിപ്പിടഞ്ഞുപാറിപ്പോയി.
നിലാവിന്റെ വിരിപ്പിൽ
നമ്മുടെ വിറയാർന്ന കാലുകൾ
ചായം വാർന്ന ഒറ്റച്ചിത്രമായി.
മുന്തിരിവള്ളികളിൽ
നനഞ്ഞ ലൂതുക്കൾ തൂങ്ങിക്കിടന്നു.
നിന്റെ മുടിയിഴകളിൽ
സൂര്യനുദിച്ചു, അസ്തമിച്ചു.
എന്റെ മാത്രമായിരുന്ന വാത്തകളത്രയും
എന്റെ കണ്ണുവെട്ടിച്ച്
നിന്റെ പുഞ്ചിരിയിലേക്ക്
ചിറകടിച്ചുചേക്കേറി.
ആകാശം പുതച്ചുകിടന്ന
മഞ്ഞിന്റെ പോപ്ലാറുകൾ
നമുക്കായി മാത്രം
കാട്ടുപൊയ്കയെ വെളിപ്പെടുത്തി.
വെളിച്ചത്തിന്റെ പകലുകളിൽ നമ്മുടെ
അല്യോഷയും മാഷയും മീത്യയും
അതിർത്തികളിൽ കുണിറുത്തുനടന്നു.
വിട പറയാൻ നിന്റെ പട്ടാളത്തൊപ്പിയിൽ

എന്നെ വിശ്വസിക്കരുത്

ഞാൻ ചുംബനങ്ങൾ തുന്നി.
മൂടൽമഞ്ഞിന്റെ മേൽക്കൂരയിൽ
ആകാശം അകലത്തായി.
ഞാൻ ഓർക്കുന്നുണ്ട്.
മെഴുതിരിവെളിച്ചത്തിൽ
പ്രപഞ്ചത്തെ നിവർത്തിയിട്ട
മഞ്ഞച്ച കത്തുകളെ.
നിന്നെ കാണാതായ പേടിസ്വപ്നങ്ങളുടെ
ഓരംപറ്റിപ്പോയ കുളമ്പടിയൊച്ചകളെ.
നീ ബാക്കിവെച്ചിട്ടുപോയ
ചുവന്ന കവിതയുടെ കറയിൽ
കാണാതായ ഒരു എന്നെ.

ബാലെ

നമ്മുടെ രാത്രികളത്രയും
ഇരുട്ടിലേറ്റപ്പെട്ടിരിക്കുന്നു.
വിലങ്ങുവെച്ച ദാഹം
ഉരുകിയൊലിച്ച കറയാകുന്നു.
കുഴിച്ചുമൂടപ്പെട്ട വിളക്കുകളിൽ
നമ്മുടെ ഓർമകൾ
അണയാതിരിക്കുന്നു.
നിന്റെ മുറിവുകളിൽ നിന്നും ഞാൻ
കരയാതെ
കവിത നക്കിയെടുക്കുന്നു.
വിശന്നുമരിച്ച പുഞ്ചിരികളിൽ
പുഴുക്കൾ പരതുന്നത് നമ്മളെയാണ്.
നീ പേടിക്കരുത്.
നിന്റെ ഹൃദയവും
എന്റെ വാരിയെല്ലുകളും
ശലഭങ്ങളുടെ കല്ലറയിൽ ഞാൻ
അടച്ചുസൂക്ഷിച്ചിട്ടുണ്ട്.
ഇനിയും വഴിതെറ്റിയിട്ടില്ലാത്ത
നമ്മുടെ ശ്വാസം
പുകയുടെ ജനൽപ്പാളികളിൽ
പാട്ടിനെ വരയ്ക്കാൻ ശ്രമിക്കുന്നുണ്ട്.
പൊള്ളലുകളിൽ
മേഘങ്ങളിളകുന്നുണ്ട്.
തിരിഞ്ഞുനടക്കരുത്.
ഉടുതുണി വലിച്ചുകീറി
പാദങ്ങൾ വരിഞ്ഞുകെട്ടി
നമുക്കിനിയും ആടിക്കൊണ്ടിരിക്കണം.

നങ്ങേലി

നിങ്ങൾ
മുലച്ചിപ്പറമ്പിലെ ചെമ്പരത്തികൾ
കണ്ടിട്ടില്ല.
വിണ്ണിന്റെ പാതി ചീന്തിയ
അരിവാളും ചുരുട്ടിപ്പിടിച്ച്
മണ്ണിന്റെ ഉണർവിൽ കിടക്കുന്ന
എന്റെ അസ്ഥികൂടത്തിലാണ്
ചെടികൾ മുളപൊട്ടുന്നത്.
നിലയ്ക്കുന്നതെങ്ങനെയെന്ന്
ഒരിക്കലും പഠിച്ചിട്ടില്ലാത്ത
എന്റെ ശ്വാസമാണ്
വേരുകളിൽ നനവാകുന്നത്.
ഉരുകിത്തീരാറായ സൂര്യനെ
വീണ്ടും ഉയിർപ്പിക്കാനാണ്
ചെമ്പരത്തികൾ പൂക്കുന്നത്.
പൂഞ്ഞരമ്പുകളിൽ
തുടിച്ചുമറിയുന്നുണ്ട്
എന്റെ ചോര.
ഈ ചെമ്പരത്തികൾക്കുമേൽ
മഴ പെയ്യാറില്ല.
പകലിനിപ്പോഴും
കത്തിയടങ്ങി നനവു വറ്റിയ
നീളമേറിയ നോട്ടത്തിന്റെ
വരമ്പിനപ്പുറം വിശന്നുമരിച്ച
നെൽപ്പാടത്തിന്റെ മണമാണ്.
മറവിയുടെ ശ്മശാനത്തിൽ

എന്നെ വിശ്വസിക്കരുത്

എന്നെ കുഴിച്ചുമൂടിയവരാണ്
നിങ്ങൾ.
വിത്തുകളുടെ ചങ്കൂറ്റം
നിങ്ങൾക്കറിയില്ല.
കാലത്തിന്റെ
തിരക്കിട്ട നടത്തത്തിൽ
ചെമ്പരത്തിവേരുകൾ തടയുന്നുണ്ട്.
കരുതിയിരിക്കുക.
നിങ്ങളുടെ പൂപ്പല്ലുകളെ പിളർക്കാൻ
തായ് വേര് നീണ്ടെത്തുന്നുണ്ട്.

പുൽപ്പള്ളി

ആട്ടുകളില്ലാത്ത ഇടയനും
നക്ഷത്രങ്ങൾ നഷ്ടപ്പെട്ട
പെൺകുട്ടിയും കൂടി
ഒറ്റയ്ക്കായ മലയുടെ മുകളിൽ
കാട്ടുപുല്ലുകൾ കൊണ്ട്
ഒരു പള്ളി കെട്ടി.
അൾത്താരയും കുരിശുമില്ലാത്ത
അവരുടെ പള്ളിയിൽ
ഈശോ അവർക്കൊപ്പമിരുന്ന്
നാടോടിപ്പാട്ടു പാടി.
തണുത്ത ശ്വാസകോശങ്ങളുള്ള
മഞ്ഞുകാലം
മലകയറുന്ന രാത്രികളിൽ
മൂവരും കൂടി
പള്ളിയുടെ മൂലയിൽ
തിരുവസ്ത്രം പുതച്ചുറങ്ങി.
അവരുടെ പള്ളി
മൗനത്തോളം നേർത്തതായിരുന്നു.
പുല്ലു കൊണ്ടുള്ള തറ.
പുല്ലു കൊണ്ടുള്ള ചുമരുകൾ.
പുല്ലു കൊണ്ടുള്ള മേൽക്കൂര.

എന്നെ വിശ്വസിക്കരുത്

സൂര്യന്റെ ജനലുകൾ.
ഉള്ളിലെ മണിയുടെ മുഴക്കം.
ഇടയ്ക്കിടെ പള്ളിയിൽ കൂടാൻ
കാറ്റു മാത്രം വന്നുപോയി.
ഇടയൻ ഈശോയ്ക്ക്
കവിതയുടെ വീഞ്ഞു പകർന്നു.
മുൾക്കിരീടത്തിൽ
പൂക്കൾ വളർത്തി
പെൺകുട്ടി നൃത്തമാടി.
നൃത്തത്തിനിടയിൽ
ഒരു വെളുത്ത പുലരിയിൽ
മുഖമില്ലാത്ത നിഴലുകൾ
മലകയറി വന്നു.
തോക്കിൻകുഴലിൽ നിന്നും
പുകയും കരച്ചിലും പൊങ്ങി.
അവർ
പള്ളി വലിച്ചുപറിച്ച്
പാറക്കൂട്ടത്തിലിട്ടു.
പുല്ലാങ്കുഴൽ വായിച്ചതിന്
ഇടയനെ തൂക്കിലേറ്റി.
പെൺകുട്ടിയെ ചങ്ങലയ്ക്കിട്ടു.
ഈശോയെ കുഴിച്ചുമൂടി
അവർ
ആകാശം നോക്കി കുരിശുവരച്ചു.
മുന്തിരിവള്ളികൾ
വാടിവീണു.
പുൽമേടിനു തീ പിടിച്ചു.
ചാരത്തിലൊരു കവിത മാത്രം
കനലാറാതെ കിടന്നു.

അമൃതകാലം

ഇരുട്ടിന്റെ കന്നുകാലികൾ
എന്നെ ചവിട്ടിമെതിച്ച്
കടന്നുപോകുന്നു.
എന്റെ കറുത്ത മുതുകത്ത്
കുളമ്പടയാളങ്ങൾ തിണർക്കുന്നു.
വിശപ്പിന്റെ തണുത്ത കൈകൾ
അസ്ഥികളിൽ ഊഞ്ഞാലാടുന്നു.
ഞാനിപ്പോൾ ഒറ്റയ്ക്കാണ്.
ഉള്ളംകൈയിലെ ചരിത്രത്തിൽ നിന്നും
എന്റെ പൂർവ്വികർ
നാടുകടത്തപ്പെട്ടിരിക്കുന്നു.
അവർ തന്നിട്ടുപോയ
വെളിച്ചത്തിന്റെ വലിയ ഹൃദയമാകെ
തുളകൾ വീണിരിക്കുന്നു.
ജീർണിച്ച പട്ടണങ്ങൾ
എന്റെ തലയ്ക്കു മുകളിൽ
കട്ടപ്പത്തിൽ പടുത്തുയർത്തപ്പെടുന്നു.
വിഷമാർന്ന മൂർച്ചയിൽ
കോർത്തെടുക്കപ്പെട്ട
എന്റെ ഗർഭപാത്രത്തിൽ നിന്നും
കവിതയുടെ കുഞ്ഞ്
ഉറക്കെയുറക്കെ കരയുന്നു.

നാടോടിക്കഥകളിലില്ലാത്ത രാജകുമാരി*

നാടോടിക്കഥകളിലില്ലാതെപോയ
ഒരു രാജകുമാരിയാണ് ഞാൻ.
നിന്റെ പുസ്തകങ്ങളുടെ ഉൾച്ചൂടിൽ
പിറക്കാതെപോയ താളുകളിൽ
എഴുതപ്പെടാതെപോയതാണ്
എന്റെ കഥകൾ.
കുഞ്ഞായിരുന്നപ്പോൾ ഞാൻ
ആടുകളെ കെട്ടിപ്പിടിച്ച്
തൊഴുത്തിന്റെ നനവിൽ കിടന്നുറങ്ങി.
നിറങ്ങൾ കളഞ്ഞിട്ടുപോയ
എന്റെ ഉടുപ്പിലെന്നും
അസ്തമയം മണക്കുന്ന വൈക്കോൽ
പറ്റിപ്പിടിച്ചിരുന്നു.
ചോരയൊലിപ്പിക്കുന്ന എന്റെ കൗമാരം
എന്നെ തെരുവിലേക്ക് തള്ളിയിട്ടു.
രാത്രിയുടെ പെട്ടകങ്ങളിൽ ഞാൻ
ചിരിയും വേദനയും വിറ്റുതുലച്ചു.
തണുപ്പു മാത്രമുടുത്ത്
നാറുന്ന ഇടുക്കുകളിൽ കിടന്നു.
വലുതായപ്പോൾ ഞാൻ
മലകളെയത്രയും
കൈവെള്ളയിലാക്കാൻ പഠിച്ചു.

* ഫ്യോദർ ദസ്തയെവ്സ്കിയുടെ “ഭൂതാവിഷ്ടർ” എന്ന നോവൽ ഈ കവിതയുടെ ഏതാനും വരികൾക്ക് പ്രചോദനമായി.

കവിതയിൽ അരച്ചുചാലിച്ച്
കയ്പ്പ മോന്താൻ പരിശീലിച്ചു.
എന്റെ കുഞ്ഞു പിറന്ന അന്ന് ഞാൻ
കുളത്തിലേക്ക് നടന്നുപോയി.
പായലുകൾക്കടിയിൽ
ഞാൻ മറ്റൊരു കണ്ണാടി തൊട്ടു.
അതുടച്ചു.
നിനക്കെന്നെ അറിയില്ല.
കാരണം, നിന്റെ
നാടോടിക്കഥകളിൽ ഞാനില്ല.
എന്റെ കഥകൾ ആരുമെഴുതിയില്ല.
ഒരിക്കലും.

ചിയർ ബോയ്സ്

ചിയർ ബോയ്സ്, നിങ്ങൾ
ഒന്നാന്തരമാണ് കേട്ടോ...!
അതുകൊണ്ട്
നിങ്ങൾ ഇവിടെ നിൽക്കൂ.
സ്വപ്നം കണ്ട മൈതാനങ്ങൾ
എനിക്കു മുന്നിൽ നിവരുന്നുണ്ട്.
പോകണം.
പോയേ തീരൂ.
പൊന്നണിഞ്ഞ് പുഞ്ചിരിച്ച്
ഇരുട്ടിലേക്ക് വലതുകാൽ വച്ചിറങ്ങി
കരിയും പുകയും പിടിച്ച്
ശ്വാസം മുട്ടി മരിക്കാൻ
ഞാനൊരിക്കലുമെന്റെ ഹൃദയത്തെ
വിട്ടുകൊടുത്തിട്ടില്ല.
പഴകിയ നോട്ടങ്ങളിലുടക്കി
വെന്തുവെണ്ണീറാകാൻ
ഞാനെന്റെ ചിരികളെ അനുവദിച്ചിട്ടില്ല.
സ്നേഹമാർന്ന തുറുങ്കുകൾക്കും
വിശുദ്ധമായ ചങ്ങലകൾക്കും മുന്നിൽ
ഞാനെന്റെ വാക്കും തീയും
അടിയറവെച്ചിട്ടില്ല.
ഒരു കാലത്തും ഞാനെന്റെ
കരുത്തുറ്റ കൈകാലുകളെ
പൂക്കളെക്കുറിച്ചുള്ള പാട്ടുകൾക്ക്
തീറെഴുതിക്കൊടുത്തിട്ടില്ല.
അതുകൊണ്ട്, ചിയർ ബോയ്സ്,

നിങ്ങളിവിടെ നിൽക്കൂ.
നിങ്ങളുടെ ചിരി കൊണ്ട്
ഭൂമിയെ മയക്കൂ.
നിങ്ങളുടെ ഉടലഴകിന്റെ
മധുരം വെളിപ്പെടുത്തി
നീറുന്ന കണ്ണുകളെ ആനന്ദിപ്പിക്കൂ.
ഇതളുതിരുംപോലുള്ള
നിങ്ങളുടെ ചലനങ്ങൾ
സ്വർഗത്തെ താഴെയെത്തിക്കട്ടെ!
അപ്പോഴേക്കും ഞാൻ പോയി
ഉയരങ്ങളുടെ അപ്പുറത്തേക്ക്
ഒരു പന്തടിച്ചുവിടട്ടെ.

അപ്പൂപ്പൻതാടികളുടെ ബാൻഡ് സംഗീതക്കച്ചേരി നടത്തുന്നിടം

അപ്പൂപ്പൻതാടികളുടെ ബാൻഡ്
സംഗീതക്കച്ചേരി നടത്തുന്നിടത്ത്
ഞാനൊരിക്കൽ തെന്നിവീണിട്ടുണ്ട്.
അവിടെയുമിവിടെയും പാഞ്ഞുകളിച്ച്
ഉടുപ്പിൽ ചെളി പുരണ്ടൊരു മാലാഖ
എന്നെ പിടിച്ചെഴുന്നേൽപ്പിച്ചു.
മരങ്ങളൊക്കെ ചാഞ്ഞുചാഞ്ഞ്
പരസ്പരം വേരുകളിൽ മുത്തി.
എപ്പോഴും മുറിവും ചതവുമേൽക്കുന്ന
എന്റെ അനുസരണകെട്ട കാൽമുട്ട്
പൊങ്ങിപ്പോകുന്ന മേഘങ്ങളോട്
ഉച്ചത്തിൽ പൊട്ടിച്ചിരിച്ചു.
മഴ വന്ന് തോളിൽ തോണ്ടി
പെയ്യണോ വേണ്ടയോ എന്ന് ചോദിച്ചു.
ഞാൻ കണ്ണിറുക്കിക്കാട്ടി.
നനഞ്ഞ മണ്ണിൽ കമിഴ്ന്നുകിടന്ന്
ഒളിച്ചിരിക്കുന്ന കൂണുകളെ ഉമ്മവെച്ചു.
എന്റെ ചുണ്ടുകളിൽ പറ്റിപ്പിടിച്ച
ഈർപ്പമുള്ള കിനാക്കളെ
കാറ്റതിന്റെ ഇലകൾ നീട്ടി
പതുക്കെയെങ്ങനെ തുടച്ചെടുത്തു.
കുളിച്ചുകൊണ്ടിരുന്ന സൂര്യൻ
താഴേക്കെടുത്തുചാടാൻ ഭാവിച്ചു.
മാലാഖയും ഞാനും
ചെളിയിൽ വീണുരുണ്ടു.
ചാരനിറമുള്ളൊരു മുയൽ
വെളിച്ചം ചോർന്നൊലിച്ച രോമങ്ങൾ
ആകാശത്തിന്റെ മുഖത്തേക്ക് കുടഞ്ഞ്

തിരിഞ്ഞുനോക്കാതെ ഓടിപ്പോയി.
തോട്ടിൽ കിടന്ന് കഥകളുണ്ടാക്കുന്ന
നിറം മാറിപ്പോയ വെള്ളാരങ്കല്ലുകൾ
എന്റെ കവിളുകളിൽ തൊടാൻ
ഒച്ചയില്ലാതെ ഉരുണ്ടുവന്നു.
ഞാനവയെ ഒന്നൊന്നായെടുത്ത്
ഉടുപ്പിൽ പതിപ്പിച്ചു പുഞ്ചിരിച്ചു.
കാലം തെറ്റി വന്ന മൂടൽമഞ്ഞ്
കുളി കഴിഞ്ഞ സൂര്യന്
തല തുവർത്തിക്കൊടുത്തു.
ഞാൻ വട്ടം ചുറ്റി നടന്നു.
എനിക്കോർമയുണ്ട്.
അവിടെയായിരുന്നു എന്റെ വീട്.
അപ്പൂപ്പൻതാടികളുടെ ബാൻഡ്
സംഗീതക്കച്ചേരി നടത്തുന്നിടത്ത്.

ചോപ്പിൻ

ചിലപ്പോഴൊക്കെ ഞാൻ
അസ്തമയത്തിന്റെ കാറിലിരുന്ന്
ചോപ്പിന്റെ പിയാനോ കേൾക്കാറുണ്ട്.
പിയാനോയുടെ കട്ടകൾക്കിടയില്
പൂക്കള് പൊട്ടിച്ചിരിക്കുമ്പൊ
ഞാൻ കണ്ണടച്ചിരിക്കും.
എന്നിട്ട് അങ്ങനെ ഓർക്കും...
ഒരിക്കൽ എല്ലാം സുന്ദരമായിരുന്നു.
കാലത്തിന്റെ സ്കൂളിലിരുന്ന്
ചോപ്പിൻ പിയാനോ വായിക്കുമ്പൊ
ഞാൻ മുടിയില്ലാത്ത കുട്ടിയായിരുന്നു.
എന്റെ റോഡിന്റെ അറ്റത്ത്
ഉണക്കപ്പുൽത്തണ്ടുകൾ
ഓർക്കെസ്ട്ര വായിക്കുന്ന കുന്നുകൾ.
ഹൃദയം പൊട്ടിയ ആകാശം.
കവിതയെഴുതുന്ന വിളക്കുകൾ.
അന്ന് കാൽപ്പെരുമാറ്റങ്ങൾക്ക്
ജൂൺ മാസത്തിന്റെ മണമായിരുന്നു.
നിറങ്ങൾക്കൊക്കെ നനവായിരുന്നു.
മുറിവുകൾക്ക് ചിരിയായിരുന്നു.
എന്റെ വീടിന്റെ കുളിമുറിജനലില്
ഒരു കുഞ്ഞിസൂര്യനെന്നും
എനിക്ക് കൂട്ടിരിക്കുമായിരുന്നു.
മുറ്റത്ത് റോസ പൂത്തിരുന്നു.
ചുറ്റുമുള്ള മരങ്ങൾക്കെല്ലാം
എന്റെ പേരറിയാമായിരുന്നു.
അന്നെന്റെ പുസ്തകങ്ങൾ
വഴിയറിയാതെ അലഞ്ഞിരുന്നു.
കാട്ടിലെ കുടിലുകളിൽ കിടന്നിരുന്നു.
ചോപ്പിൻ പിയാനോ വായിക്കുമ്പൊ
ഞാനൊരു താളംതെറ്റിയ പാട്ടായിരുന്നു.
ഞാൻ നടക്കുന്നിടത്തെല്ലാം

എന്നെ വിശ്വസിക്കരുത്

നക്ഷത്രങ്ങൾ തെറിച്ചിരുന്നു.
എന്റെ സ്കൂളില്
എപ്പോഴും കുളിച്ചുതോർത്തി
ഒരു ഗുൽമോഹർ നിന്നിരുന്നു.
ഞാനും എന്റെ ക്ലാസിലെ
കണ്ണില് മിന്നല്വ പിടിച്ച ചെറുക്കനും
മിണ്ടാതെ പ്രേമിച്ചിരുന്നു.
അന്ന് ഞങ്ങള് രണ്ടും
കുട്ടികളായിരുന്നു.
അന്ന് ഒറ്റക്കുടയിൽ
അഞ്ചാറ് മഴകളുണ്ടായിരുന്നു.
കാലിലൊരു പന്തുണ്ടായിരുന്നു.
പന്തിനകത്ത് പാതിരകളുണ്ടായിരുന്നു.
ഇപ്പോഴും ഞാൻ വെറുതേ
സങ്കൽപ്പിച്ചുനോക്കാറുണ്ട്...
ക്ലോക്കുകളും കലണ്ടറുകളും
കള്ളം പറയുകയാണെന്ന്.
എല്ലാം പഴയപോലാണെന്ന്.
മലനിരകളിൽ സാന്ത്വനമുണ്ടെന്ന്.
ആകാശം ചുവപ്പാണെന്ന്.
ചോപ്പിന്റെ കൈ പിടിച്ച് ഞാനിപ്പോഴും
അനന്തതയിലേക്ക് നടക്കുവാണെന്ന്.

യാക്ക്

എനിക്കൊരു യാക്കുണ്ട്.
വെള്ള മുഖവും
വെള്ള രോമങ്ങളും
വെള്ള കൊമ്പുകളുമുള്ള ഒന്ന്.
അതിന്റെ കണ്ണുകളിൽ
കറുത്ത ഞാനും
എന്റെ നനുത്ത കുട്ടിക്കാലവും
പ്രതിഫലിച്ചുകാണുന്നുണ്ട്;
തെളിച്ചത്തിൽ.
ഈ യാക്കും ഞാനും
വെള്ളിമണികൾ വീണുടഞ്ഞ
വിറയാർന്ന മലഞ്ചെരിവുകളിൽ
പരസ്പരം തെളിച്ചുകൊണ്ട് നടന്നിട്ടുണ്ട്.
അവന്
വെളിച്ചത്തെ നീട്ടിവിളിക്കാനറിയാം.
വെയിൽ പാകിയ നടപ്പാതകളിൽ
ബുദ്ധസന്യാസിമാർ മെല്ലെ നീങ്ങുമ്പോൾ
എന്റെ ഹൃദയത്തിനു ചുവട്ടിൽ
നനവു പറ്റിക്കിടന്ന്
ചിറകുകൾ തുന്നിക്കൂട്ടുന്നുണ്ട്
പേരു നഷ്ടപ്പെട്ട തുമ്പികൾ.
കാൽപ്പെരുമാറ്റങ്ങൾ
ഇലകളായി മാറുന്നു.
ഇലകൾ മന്ത്രണങ്ങളായും.
യാക്കിന്റെ പുറത്തിരുന്ന്
ഞാൻ ബുദ്ധക്ഷേത്രം ചുറ്റി.
മെറൂൺ ഉടുപ്പുകൾ,
കുടകൾ,
ചിരിക്കുന്ന സ്യൂട്ട്കെയ്സുകൾ.
യാക്ക് പിന്നെയും
നീട്ടിനീട്ടിവിളിക്കുന്നു.
വിണ്ടുകീറിയ പാദങ്ങളിൽ

പൂക്കളുടെ കണ്ണുനീർ.
ആകാശത്തിന്റെ ചുണ്ടുകളിൽ
മണിനാദങ്ങളുടെ ഉമ്മകൾ.
ഓടിക്കളിക്കുന്ന ബാലബുദ്ധന്റെ
ചിരികൾ ചിറകടിച്ചുപാറി
തെരുവുകളിൽ വീണു.
എന്റെ യാക്ക്.
യാക്കിന്റെ ഞാൻ.
പഴുത്ത ഓറഞ്ചുകളിൽ വസന്തം.
വസന്തത്തിന്റെ മണം.
ഞരമ്പുകളിൽ വെളിച്ചമൊഴുകി.
താരകളും പൂവിതളുകളുമൊഴുകി.
യാക്കും ഞാനും ഉറക്കമുണർന്നു.
എന്റെ യാക്കിന്റെ
മഞ്ഞുരോമങ്ങൾക്കിടയിൽ കാണാം
ചിറകുകൾ മുറിച്ച പാട്ടുകൾ.
തേങ്ങലുകളിൽ പതാകകളിളകി.
ഓർമകളും കവിതകളും
വീണ്ടും ചാഞ്ഞുകിടക്കുന്നു.
എനിക്കൊരു യാക്കുണ്ടായിരുന്നു;
എന്നോ...
എവിടെയോ.

ജേഴ്സികളുടെ നാട്

രാവിലെയെണീറ്റ് ഉറക്കം മാറാത്ത
ഒരു കുട്ടിമെസ്സി
ചിരികളുടെ ചായക്കടേന്ന്
പഴംപൊരീം ങ്കിപ്പിടിച്ച്
മുഖം ചുളിച്ച് ഇറങ്ങിവരുന്നു.
വെയിലിന്റെ റോഡില്
വലത്തോട്ട് ഇൻഡിക്കേറിട്ട്
ഇടത്തോട്ട് തിരിഞ്ഞ് ഒരു റോണോ
പ്രണയത്തിലേക്ക് പറന്നുപോകുന്നു.
അവധിക്കാലം തലയ്ക്കുപിടിച്ച്
ആകെ മഞ്ഞയായ നെയ്മർ
വാപ്പാന്റെ പിന്നാലെ
ചെലച്ചോണ്ട് നടക്കുന്നു.
എംബാപ്പേം ഗ്യാങ്ങും
ഇരുട്ടിന്റെ ഗോഡൗണീന്ന്
ട്ടൂൾസെല്ലാം തപ്പിയെടുത്ത്
ആരെയോ തല്ലാനിറങ്ങുന്നു.
മതിലിനപ്പുറം ആരും കാണാത്ത
ഒരു ചുവന്ന ഗാവി
ഒളിച്ചും പാത്തും പതുങ്ങീം മെല്ലെ
കള്ളത്തരത്തിലേക്ക് നൂണ്ടുകയറുന്നു.
സൂര്യന്റെ മുറ്റത്തിരുന്ന് മോഡ്രിച്ച്
ഓറഞ്ചും മുന്തിരീം
ഓർമകളുടെ മാങ്ങേം വിൽക്കുന്നു.
റോട്ടുവക്കില് വട്ടത്തിൽ നിന്ന്
മറഡോണേം പെലേം ക്രയ്ഫും
ലോകത്തെപ്പറ്റി ചർച്ച ചെയ്യുന്നു.
ജനലുമ്മേൽ തല ചായ്ച്ചുവെച്ച്
ഞാനൊന്ന് മയങ്ങുന്നു...
എന്തൊരു ചേലുള്ള നാട്!

പട്ടാളത്തിലെ പാട്ടുകാർ

പട്ടാളത്തിൽ ചേർന്ന
പാട്ടുകാരെ അറിയാമോ?
യുദ്ധഭൂമിയിലെ തേങ്ങലുകൾ
പട്ടാളത്തൊപ്പിയിൽ പെറുക്കിക്കൂട്ടി
രക്തത്തിൽ നിന്നും മഷിയരിച്ച്
അവർ വെളിച്ചത്തിന്റെ വരികളെഴുതും.
അസ്ഥികൂടങ്ങളിൽ ബാക്കിയായ
ഹൃദയമിടിപ്പുകൾ കൊരുത്തുകെട്ടി
ഉയിർപ്പിന്റെ ഈണങ്ങളുണ്ടാക്കും.
തെരുവുവിളക്കുകളുടെയും
മരിച്ചുപോയ വീടുകളുടെയും താളം
പാട്ടിലേക്ക് വീണ്ടെടുക്കും.
വെടിയൊച്ചകൾ ഉറങ്ങുന്ന സമയത്ത്
അവർ ഒരുമിച്ച് നടക്കാനിറങ്ങും.
അനാഥമാക്കപ്പെട്ട നെരിപ്പോടുകളിലെ
ചാരത്തിൽ ചുരുണ്ടുകിടന്ന്
ഒച്ചയില്ലാതെ കരയുന്ന കുട്ടികൾക്കും
നൊന്തുകീറി വേരുകൾ പറിച്ചെടുത്ത്
പലായനം ചെയ്ത മരങ്ങൾക്കും
പ്രണയവും സ്വപ്നവും
പുഞ്ചിരിയും കുന്നുകൂടി
വല്ലാതെ ഉയർന്നുപോയ
ചവറ്റുകൂനകൾക്കും വേണ്ടി
അവർ പാടും.
ജനലരികിൽ മെഴുതിരിക്കൊപ്പം
ഉരുകിത്തീരാറായ അമ്മയെയും
മഴയ്ക്കായി ഭൂമിയെ തുറന്നുവെച്ച്
കരയാതെ മരിച്ചുപോയ സൂര്യനെയും
കൺകുഴികളിൽ കനൽ നിറച്ച്
ആർക്കോ വേണ്ടി കാത്തിരിക്കുന്ന
പെൺകുട്ടിയെയും തേടി
അവരുടെ പാട്ടുകൾ വരും.

എന്നെ വിശ്വസിക്കരുത്

അവരുടെ തോക്കുകളിൽ നിന്നും
പുക പിടിച്ച നക്ഷത്രങ്ങൾ വീഴും.
വേദനയുടെ നെറുകയിൽ കയറിനിന്ന്
അവർ കണ്ണടച്ച് നൃത്തമാടും.
അവരുടെ പാട്ടു കേൾക്കാൻ
അതിർത്തിവേലികൾ കാതോർക്കും.
ആകാശം മടങ്ങിയെത്തും.
പൂക്കൾ ചിരിക്കാൻ ശ്രമിക്കും.
അവരപ്പോഴും പാടിക്കൊണ്ടേയിരിക്കും;
ഭൂമിയുടെ നെഞ്ചിനുള്ളിലെ
വിങ്ങുന്ന വെളിച്ചത്തിനു വേണ്ടി.

മരവിപ്പ്

നിന്റെ ഹൃദയം ഒരു മോർച്ചറിയാണ്.
അതിനകത്താകെ
പനിച്ച നീലിച്ച വെളിച്ചം.
മരിച്ചുകിടക്കുന്ന പുഞ്ചിരികൾ.
വെള്ള പുതച്ച്
അടിമുടി വിറങ്ങലിച്ച ഓർമകൾ.
ആസകലം മുറിവുകളുമായി
കൊല്ലപ്പെട്ട കവിതകൾ.
നിന്നോടെനിക്ക് വെറുപ്പാണ്.
എന്റെ പാളിനോട്ടങ്ങളെയും
നുണക്കുഴിച്ചിരിയുള്ള വാക്കുകളെയും
നീയെന്തിനാണിങ്ങനെ
ജീവനോടെ പോസ്റ്റുമോർട്ടം ചെയ്യുന്നത്?
നിന്റെ കണ്ണുകൾക്ക്
മരണത്തിന്റെ തിളക്കമാണ്.
എനിക്കു നന്നായറിയാം;
വെളിച്ചത്തിന്റെ
തലയോട്ടി തല്ലിപ്പൊളിച്ചതും
പകൽക്കിനാവിന്റെ
ഇടനെഞ്ചിൽ കുത്തിയതും
നീയാണെന്ന്.
പിന്നെ ഞാനെന്തിനാണ്
നിന്റെ നിഴലിന്റെ വിരൽത്തുമ്പിൽ
പിടിവിടാതെ തൂങ്ങിക്കിടക്കുന്നതെന്ന്
നീയിപ്പോൾ ആലോചിക്കുന്നുണ്ടാവും.
മുന്നിൽ വെക്കാനെനിക്ക്

എന്നെ വിശ്വസിക്കരുത്

കാരണങ്ങളൊന്നുംതന്നെയില്ല.
എന്നിട്ടും ഞാൻ റാന്തലും പൊക്കി
നിന്റെ ഇടനാഴിയിലെ ശവങ്ങൾക്ക്
ജീവൻ വെപ്പിക്കാൻ
ശ്രമിച്ചുകൊണ്ടുകൊണ്ടുനടക്കുന്നു.
നിന്റെ പാപങ്ങൾക്കൊക്കെയും
ഞാനെന്റെ രക്തം കൊണ്ട്
മാപ്പു നൽകുന്നു.
ഞാൻ കരയാറില്ല.
കാരണം, നീ
എന്റെ മിടിപ്പുകളുടെ പിറപ്പാണ്.

നീയും ഞാനും വിഷാദികളാണ്

ഓർഫയസ്* തിരിഞ്ഞുനോക്കി.
യൂറിഡീസിനെ നഷ്ടപ്പെട്ടു.
വിസ്മൃതമായ പൂക്കൾക്ക്
മാലാഖമാരുടെ മണം.
ഓർഫയസിന്റെ പാട്ടുകൾ
പടിഞ്ഞാറേക്ക് ഇഴഞ്ഞുപോകുന്നു.
കാടിന്റെ ഞൊറികളിൽ
ശലഭങ്ങൾ മുഖമൊളിപ്പിക്കുന്നു.
മാൻകുട്ടങ്ങളുടെ നൃത്തം
വീഞ്ഞുഭരണികളെ തകർക്കുന്നു.
എന്റെ കാലൊച്ച കേൾക്കാതായപ്പോൾ
നിന്റെ രക്തമെന്തിനാണ്
ആകാശം നോക്കി അലയടിച്ചത്?
വേനൽമഴയുടെ വാതിലുകൾ
താനേ തുറക്കുന്നു.
ചെറിപ്പഴങ്ങളുടെ കവിളുകൾ
തുടുപ്പ് മറക്കുന്നു.
ആത്മാവിൽ നീന്തുന്ന കണ്ണുകൾ

* ഗ്രീക്ക് ഐതിഹ്യപ്രകാരം, ഒരു വിലക്കപ്പെട്ട തിരിഞ്ഞു നോട്ടം കാരണം തന്റെ പ്രണയിനിയായ യൂറിഡീസിനെ എന്നെന്നേക്കുമായി നഷ്ടപ്പെട്ട കിന്നരവാദ്യക്കാരനാണ് ഓർഫയസ്.

എന്നെ വിശ്വസിക്കരുത്

കവിതയിലേക്ക് കുമ്പിട്ടുപോകുന്നു.
നിഴലുകൾക്കു പോലും
തെളിനീരിന്റെ സംഗീതം.
ഓർഫയസിന്റെ ചുവടുകൾക്ക്
മഞ്ഞയിലയുടെ വിറ.
നീ പണ്ടേ
പുൽമേടിന്റെ ഹൃദയം പോലെയാണ്.
ചാരനിറമുള്ള തൊപ്പികൾ
അസ്തമയത്തിലേക്ക് ചിറകടിക്കുന്നു.
മണ്ണിന്റെ മിടിപ്പുകളിൽ
പറവകൾ കൂട്ടുകൂട്ടുന്നു.
ഇലകൾ സ്വർഗത്തിന്റെ ചായ്പ്പിലിരുന്ന്
നഷ്ടങ്ങളുടെ കണക്കെഴുതുന്നു.
മറിയുന്ന താളുകൾ
നിർത്താതെ പാടുന്നു.
മുറിവുകളിലെ വെളിച്ചത്തിൽ
ഉടുപ്പുകൾ അടക്കിത്തേങ്ങുന്നു.
ഓർഫയസ് തിരിഞ്ഞുനോക്കി.

കപ്പൽ മുങ്ങിയപ്പോൾ കോറ* എവിടെയായിരുന്നു?

കപ്പൽ മുങ്ങിയപ്പോൾ
കോറ എവിടെയായിരുന്നു?
അതൊരു രഹസ്യമാണ്.
ഒരുപക്ഷേ അവൾ
പിയാനോയുടെ ചുവട്ടിലിരുന്ന്
പാട്ടു പെറുക്കുകയായിരുന്നിരിക്കാം.
കടലിന്റെ പുതപ്പു വാങ്ങി
ഉറങ്ങാൻ കിടന്നിരുന്നെന്നും വരാം.
നക്ഷത്രങ്ങൾക്കന്ന്
വല്ലാത്ത ഉപ്പായിരുന്നു.
കപ്പൽ മുങ്ങിയപ്പോൾ കോറ
ആകാശത്തേക്ക്
കാലെടുത്തുവെക്കുകയായിരുന്നു.
തിരമാലകളുടെ ഹൃദയം പൊട്ടിയ ചിരി
ഘടികാരങ്ങളെ ചില്ലുകളാക്കി.
എലികളുടെ ഗായകസംഘം
മരണത്തിലേക്ക് നാടുവിട്ടു.
കോറ കടലിനോട്
ഒളിച്ചുകളിക്കുകയായിരുന്നു.
കപ്പൽ മുങ്ങിയപ്പോൾ അവൾ
നൃത്തം ചെയ്യുകയായിരുന്നു.
അവളുടെ ചുരുണ്ട മുടിയിൽ
മുറുകെപ്പിടിച്ചിരുന്ന പാവക്കുട്ടി
കരയാൻ മറന്നു കിടന്നു.
കോറ ജനൽപ്പാളിയിൽ
ശബ്ദം കൊണ്ട്
ചിത്രം വരയ്ക്കുകയായിരുന്നു.
വീടിന്റെയും അമ്മയുടെയും

* ജെയിംസ് കാമെറൂണിന്റെ "റ്റൈറ്റാനിക്കിലെ (Titanic)" ഒരു കഥാപാത്രമാണ് കോറ കാർട്ട്മെൽ (അലെക്സാൻഡ്രിയ ഓവെൻസ്-സാർനോ). കപ്പലിലെ ഒരു എട്ടുവയസ്സുകാരിയാണ് കോറ.

കെട്ടുകളുടെയും ചിത്രം.
കപ്പൽ മുങ്ങിയപ്പോൾ
കോറ സ്വപ്നം കാണുകയായിരുന്നു.
മുകൾത്തട്ടിലിരുന്ന് അവൾ
മീനുകളുടെ ആത്മാക്കളെ
ഉമ്മവെക്കുകയായിരുന്നു.
മരണത്തിന്റെ വയലിനിൽ
അവൾ ഈണമാവുകയായിരുന്നു.
ഓർമകളുടെ തലയിണയിൽ
അവൾ നനഞ്ഞുപോവുകയായിരുന്നു.
വിളക്കുകൾ വെള്ളത്തെ പുണർന്നു.
കിടപ്പുമുറികൾ താഴെ
നീരാളികളുടെ പ്രണയത്തിലേക്ക്
മിണ്ടാതെ യാത്രപോയി.
മരവിപ്പിന്റെ കൈകൾ
മിടിപ്പുകളെ വരിഞ്ഞുമുറുക്കി.
അതിപ്പോഴും ഒരു രഹസ്യമാണ്.
കപ്പൽ മുങ്ങിയപ്പോൾ
കോറ എവിടെയായിരുന്നു?

പെർഫ്യൂം

കറുത്ത പെണ്ണിന്റെ കടയിൽ
ചെണ്ടുകളായി വസന്തം.
കുപ്പികളിൽ പെർഫ്യൂം.
യുദ്ധം കഴിയുമ്പോൾ
മടങ്ങിവരാമെന്ന വാക്കുതന്ന
ഒരു പട്ടാളത്തൊപ്പി
മൂടൽമഞ്ഞിൽ അടയാളപ്പെടുത്തിയ
നക്ഷത്രമണമുള്ള കാത്തിരിപ്പ്.
വിശന്നുമരിച്ച പെയിന്റർമാരും
വാക്കുകളറ്റ പാട്ടുകാരും
നനഞ്ഞ തെരുവിലൂടെ നടന്നുവന്ന്
അവളുടെ കടയിൽ ഒളിച്ചിരിക്കുന്നു.
അസ്ഥികൾക്കും പൂക്കൾക്കുമിടയിൽ
അവളുടെ കറുത്ത കുട്ടികൾ
ചിരിയില്ലാതെ കളിക്കുന്നു.
പെർഫ്യൂം കുപ്പികൾ പലതരം.
പൂപ്പാടങ്ങളുടെ മണമുള്ളത്.
മഴയുടെ മണമുള്ളത്.
വെയിലിന്റെ,
കവിതയുടെ,
പ്രണയത്തിന്റെ മണമുള്ളത്.
നഷ്ടങ്ങളുടെ മണമുള്ളത്.
കറുത്ത പെണ്ണ്
ജനൽപ്പാളികളിൽ
ചായം തേച്ചിരിക്കുന്നു.
വെളിച്ചത്തിനെങ്കിലും
നിറങ്ങളുണ്ടാകട്ടെ.
അസ്ഥികൂടങ്ങൾ പാടുന്ന
മധുരസങ്കീർത്തനങ്ങളിൽ
പട്ടണത്തിന്റെ ഹൃദയം
പതുക്കെ മിടിക്കുന്നു.
ശ്മാശനത്തിൽ പോയിവന്ന

എന്നെ വിശ്വസിക്കരുത്

പെൺകുട്ടിയുടെ രക്തം
ആരോ കൈ കൊണ്ട് തുടയ്ക്കുന്നു.
കറുത്ത പെണ്ണിന്റെ കുട്ടികൾ
ഉറങ്ങാൻ കിടക്കുന്നു.
തട്ടിൻപുറത്ത്
കുപ്പി പൊട്ടിച്ചിതറി
മരണത്തിന്റെ മണമുള്ള പെർഫ്യൂം
താഴേക്കൊലിക്കുന്നു.

പെയിന്റും സിൽവെറ്റും*

വെയിൽനിറങ്ങളുടെ സ്റ്റുഡിയോയിൽ
ഇതിഹാസം
പെയിന്റ് ചെയ്യുന്നു.
സിൽവെറ്റിന്റെ പോണിടെയ്ൽ
തെരുവിലൂടെ ഒഴുകിനീങ്ങുന്നു.
പിക്കാസോയുടെ വിരലുകളിൽ
ചായങ്ങൾ
ആനന്ദം കുടിച്ച് ആത്മഹത്യ ചെയ്യുന്നു.
പെയിന്റ്ബ്രഷിൽ ഉയിർക്കുന്നു.
പിന്നെ ക്യാൻവാസിൽ
അനശ്വരതയിലേക്ക് വേരുകളിറക്കുന്നു.
സിൽവെറ്റ് വരുന്നുണ്ട്.
അവളുടെ എത്തിനോട്ടങ്ങൾ
ജനൽപ്പാളിയിലൂടെ
വെളിച്ചത്തിന്റെ നൂലിൽത്തൂങ്ങി
പതറിക്കളിക്കുന്നു.
പിക്കാസോ ചിരിക്കുകയാണ്.
വ്യഥകളുടെ തുറമുഖം
ശൂന്യമായിക്കിടക്കുന്നു.
പക്ഷികൾ മുടി ചീകി
കെട്ടാൻ മറക്കുന്നു.
സിൽവെറ്റിന്റെ പോണിടെയ്ലിൽ
ഇതിഹാസത്തിന്റെ വരകൾ
മുടിയിഴകളായിച്ചേരുന്നു.
സ്റ്റുഡിയോയുടെ മേൽക്കൂരയിൽ
നക്ഷത്രങ്ങൾ ചാറുന്നു.
മുറിവുകളുടെ ചർമത്തിൽ
ചായം നിറഞ്ഞ ഞരമ്പുകൾ

---

* ഏറെക്കാലം ഇതിഹാസചിത്രകാരൻ പാബ്ലോ പിക്കാസോയുടെ വരകൾക്ക് മോഡലായിരുന്ന പത്തൊൻപതുകാരിയാണ് സിൽവെറ്റ് ഡേവിഡ്. അവളുടെ പോണിടെയ്ലാണ് പിക്കാസോയുടെ പെയിന്റിംഗുകൾക്ക് വിഷയമായത്. പിന്നീട് സിൽവെറ്റും ഒരു ചിത്രകാരിയായിത്തീർന്നു.

ഭൂപടങ്ങളായി അടയാളപ്പെടുന്നു.
പിക്കാസോ കരയുകയാണ്.
അതാ...
പ്രഭാതം വരുന്നു.
നനഞ്ഞ കാൽപ്പെരുമാറ്റത്തിൽ
നിറങ്ങൾ ചിതറുന്നു.
പെയിന്റിംഗിലെ സിൽവെറ്റ്
ഭൂമിയെ ഉറ്റുനോക്കുന്നു.
അതിന്റെ ഒടിഞ്ഞ അച്ചുതണ്ടിനെ
അവളൊരു പെയിന്റ്ബ്രഷ് കൊണ്ട്
പതുക്കെ നേരെയാക്കുന്നു.
പിക്കാസോ അടുത്തിരിക്കുന്നു.
ഇലകളുടെ കോറലുകളിൽ
അണയാത്ത ചിത്രങ്ങൾ
ആഴത്തിൽ വെളിപ്പെട്ടിരിക്കുന്നു.

ചെ

ഇരുട്ടിന്റെ ആഴങ്ങളിൽ നിന്നും
രക്തം കണ്ടെടുക്കപ്പെടുന്ന
കടുപ്പമുള്ള ഖനികളിലേക്ക്
നീ
ചിരിച്ചുകൊണ്ട്
പറന്നുപോകുന്നു.
നിന്റെ കാലുകൾക്കടിയിൽ
വീണ്ടും വീണ്ടും
റോസിനാന്റെയുടെ വാരിയെല്ലുകൾ
പൂത്തുകൊണ്ടിരിക്കുന്നു.
നിന്റെ കുട്ടിക്കാലം
ആടുന്ന ട്രക്കിന്റെ ഹൃദയത്തിനടിയിൽ
ആരും കാണാതെ ചുരുണ്ടുകിടന്ന്
അതിശയത്തിന്റെ മല കയറുന്നു.
തെരുവിന്റെ ദുഃഖങ്ങൾക്ക്
നീ പുതപ്പു പങ്കിടുന്നു.
കൊതുകുകളുടെ പടയോട്ടത്തെ
തോൽബാഗുകൊണ്ട് ചെറുക്കുന്നു.
വെയിൽ കൊണ്ടു ടാറിട്ട
റോഡിന്റെ മിന്നിത്തിളക്കത്തിൽ
തലകറങ്ങിവീഴുന്നു.
നിന്റെ പൊളിഞ്ഞ ഷൂസിൽ
പറവകൾ പിടയുന്നു.
സിയെറാ മെയ്സ്ത്രയിലെ
മുളന്തണ്ടുകൾ
ഉയിർപ്പു പാടുന്നു.
ആശകൾ ഇരച്ചുകയറി
കിരീടങ്ങൾ തകർക്കുന്നു.
വൻകരയുടെ അസ്ഥിമജ്ജയിൽ
കടലിന്റെ ആരവങ്ങളിൽ നിന്നും
നീ ഉദിക്കുന്നു.
വെളിച്ചത്തിനും പ്രണയത്തിനും

മെയ്റ്റിന്റെ രുചി.
കൊഴിയാറായ ഇല
മഴയെ ചേർത്തുപിടിക്കുന്നു;
"എന്റെ ഒരേയൊരു പെണ്ണൊരുത്തിയേ..."
നീ മാഞ്ഞുപോകുന്നു.
എങ്കിലും നീ പിന്നെയും
ജനൽപ്പാളിയിലെ സൂര്യനായി,
പിടച്ചിലുകളുടെ ശ്വാസമായി,
തലകുനിക്കാതെ മരിച്ച
കവിതയുടെ തലക്കെട്ടായി
അടയാളപ്പെടുന്നു.
നിന്റെ വാക്കുകൾക്ക്
വെടിയുണ്ടയുടെ ചിരി.
നിന്റെ റോസിനാന്റെയുടെ
ആറിയ അസ്ഥികൂടത്തിൽ പൂക്കൾ.
നിന്നെക്കുറിച്ചു മാത്രം
പറഞ്ഞുകൊണ്ടിരിക്കുന്നു;
നീ നടന്നുപോയ വഴികളിൽ
ഞെരിഞ്ഞമർന്ന ചുള്ളികൾ,
നിന്റെ കടലാസുകളിൽ
കത്തിയ മഷിത്തരികൾ,
നീ ഉണർത്തിവിട്ടു പോയ
തീയുടെ മുഷ്ടികൾ.
നക്ഷത്രങ്ങളുടെ ചില്ലയിൽ
നിന്റെ തൊപ്പി
ഒഴുകിവന്നു പറ്റിക്കിടക്കുന്നു.
ഭൂമി കണ്ണു തിരുമ്മുന്നു.
വിളക്കുകളുടെ അങ്ങേയറ്റത്തു നിന്ന്
നീ തിരിഞ്ഞുനോക്കുന്നു.

ചാരക്കഴുത്തി*ന്റെ വീട്

ഞാനിനി
ചാരക്കഴുത്തിന്റെ വീട്ടിൽ താമസിക്കും.
ഇലകളുടെ ശ്വാസത്തെ
മിണ്ടാതെ ഉമ്മവെക്കും.
വെള്ളത്തിന്റെ
നീലിച്ച ഹൃദയത്തിൽ
ചിറകുകളൊതുക്കി ചിരിക്കും.
പൈൻ മരങ്ങളുടെ ആകാശത്തെ
കോപ്പയിൽ കോരി കുടിക്കും.
ചാരക്കഴുത്തിന്റെ കാൽപ്പാടുകളിൽ
ഞാൻ തുവലുകൾക്കു കത്തെഴുതും.
മരിച്ചുപോയ പൂതുക്കളെ
ജീവജലത്തിൽ മുക്കിയെടുക്കും.
ചാരക്കഴുത്തിന്റെ വീട്ടിൽ ഞാൻ
ചെടിത്തണ്ടുകളിൽ രാഗം മീട്ടും.
അന്തിവെളിച്ചത്തിന്റെ
പുസ്തകങ്ങൾ തിന്നും.
മീനുകളെ കെട്ടിപ്പിടിച്ചു കിടന്നുറങ്ങും.
അവിടെ ഞാൻ
തണുതണുത്ത
മഴയെ വിവാഹം കഴിക്കും.
ഈറൻചെളിക്കുഞ്ഞുങ്ങളെ
അരുമയോടെ വളർത്തും.
ചാരക്കഴുത്തിന്റെ വീട്ടിൽ
പുതിയ കാടുകൾ മുളയ്ക്കും.
ജലപ്പരപ്പിൽ ഞാൻ
നൃത്തമാടി നടക്കും.
പൂക്കളെ മയക്കിക്കിടത്തും.
പിന്നെ
നെഞ്ചിലെ റാന്തലും കത്തിച്ച്
ഞാൻ ചാരക്കഴുത്തിനെ കാത്തിരിക്കും.

* ദിമിത്രി മാമൻ-സിബിര്യാക്കിന്റെ ഒരു ചെറുകഥയാണ് "ചാരക്കഴുത്ത്". ചാരക്കഴുത്ത് ഒരു കുട്ടിത്താറാവാണ്.

എർലിങ് ഹാലൻഡ് ഉരുളക്കിഴങ്ങുപാടങ്ങളെ ഓർക്കുകയാണ്

മാഞ്ചെസ്റ്റർ സിറ്റിയുടെ
ആകാശനീലയിൽ,
വെള്ളിവെളിച്ചങ്ങളുടെയും
ആരവങ്ങളുടെയും കടലിൽ
എർലിങ് ഹാലൻഡ്
ഉരുളക്കിഴങ്ങുപാടങ്ങളെ
ഓർക്കുകയാണ്.
ഋതുഭേദങ്ങളുടെ ഉമ്മകൾ നീറി
ഹൃദയം പൊട്ടിയ കാറ്റ്
ഓരോ ഇലയെയും
ചിരി കൊണ്ട് കെട്ടിപ്പിടിച്ചു.
മരത്തടിവീടിന്റെ വരാന്തയിൽ
അസ്തമയത്തിന്റെ സഹോദരൻമാർ
സൂര്യനെ പകുത്തെടുത്ത്
കണ്ണിമചിമ്മി.
മയക്കം മാറാത്ത പകൽ
ഉരുളക്കിഴങ്ങുപാടങ്ങളിൽ നിന്നും
കവിത കുഴിച്ചെടുത്തു.
കുട്ടിത്തം അതിനെ
മണ്ണു മാറ്റാതെ നെഞ്ചോടു ചേർത്തു.
മരച്ചുവട്ടുകൾതോറും
വെളുത്ത പൂക്കൾക്ക്

വിശപ്പിന്റെ വാസന.
ഇലകളുടെ പതാകകളിൽ
ഹൃദയമിടിപ്പുകൾ
അടയാളപ്പെട്ടിരിക്കുന്നു.
വലയിൽ
ഒരു ഗോൾ കൂടി വീണിരിക്കുന്നു.
തുള്ളിച്ചാടുന്ന ഭൂമിക്കു നടുവിൽ
എർലിങ് ഹാലൻഡ്
നിശ്ചലനായി നിൽക്കുകയാണ്.
അതെ, അയാൾ
ഉരുളക്കിഴങ്ങുപാടങ്ങളെ
ഓർക്കുകയാണ്.

പ്രിയപ്പെട്ട ജൂൺ...

എന്റെ കുടയ്ക്കൊരിക്കലും
കമ്പികളുണ്ടായിരുന്നില്ല.
നിന്റെ ധമനികളിലൂടെ,
കടലാസുതോണികൾക്കു മീതെ
അതിപ്പോഴും
ചിറകടിച്ചു പാറുകയാണ്.
ഇലക്കൂട്ടങ്ങളിൽ
മഴ പ്രതിധ്വനിച്ചപ്പോൾ
എന്റെ വാരിയെല്ലുകളുടെ വിടവിലൂടെ
മഷിയൊലിച്ചിറങ്ങി
നിന്റെ മുഖം നീലിച്ചത്
എനിക്കോർമയുണ്ട്.
എന്റെ ജനാലപ്പടിയിൽ നീ
വയലറ്റുപൂക്കൾ കൊണ്ടുവെച്ചു.
കവിതയുടെ കാട്ടുവഴികളിൽ
എന്റെ വേരുകളെ നനച്ചുതളിർപ്പിച്ചതും
നീ തന്നെ.
എന്റെ കണ്ണുനീരിൽ പ്രതിഫലിക്കാൻ
നീയെന്നുമൊരു കുഞ്ഞുസൂര്യനെ
മരച്ചുവട്ടിൽ കളഞ്ഞിട്ടുപോയി.
നനഞ്ഞൊലിക്കുന്ന പുതപ്പു കൊണ്ട്
എന്റെ നഷ്ടങ്ങൾ മൂടി
നീയെന്നെ ഉറക്കി.
ഓർമകളുടെ ക്ലാസ്മുറിയിൽ
നീയെനിക്കടുത്തിരുന്ന്
മിടിപ്പുകളിൽ കുത്തിവരച്ചു.

എന്നെ വിശ്വസിക്കരുത്

മഴ വാരിയെറിഞ്ഞു നീ
പടവുകളെ ചിരിപ്പിച്ചു.
പൂക്കളും ഉടുപ്പുകളും ചുവപ്പിച്ചു.
വരികളുടെ അറ്റമെത്തുമ്പോൾ
എപ്പോഴും ഞാൻ
വാക്കുകളെ തട്ടിത്തെറിപ്പിച്ച്
നിന്നെയും കാത്തിരുന്നു.
എന്റെ നോട്ടങ്ങൾക്കിടയിലൂടെ,
ജനലുകളിൽ തലകാണിക്കാതെ
പാത്തും പമ്മിയും വന്നു നീ
മേൽക്കൂരപ്പുറത്ത് വീണു പൊട്ടിച്ചിരിച്ചു.
നിനക്കിപ്പോഴും
മരച്ചില്ലകളുടെ രുചിയാണ്.
അതെ, എന്റെ ഇലകൾക്കൊരിക്കലും
ഞെട്ടുകളുണ്ടായിരുന്നില്ല.

തോറ്റ ടീമുകളുടെ സുവിശേഷം

തോറ്റ ടീമിനോടാണ്
എനിക്കെന്നും കൂടുതലടുപ്പം.
തോറ്റുനിൽക്കുന്ന പതിനൊന്നുപേർ
നിഴലുകൾക്കപ്പുറം ആയിരങ്ങളാണ്.
ആ മുന്നേറ്റനിരക്കാരന്റെ
ഹൃദയത്തിൽ കാണാം
ഭൂമിയുടെ അടിത്തട്ടിലെ
മുഴുവൻ പോരാളികളുടെയും
മുറിവുകൾ.
അവന്റെ കാലുകളുടെ
വേഗതയോളം വരില്ല,
കിട്ടാത്തതിനെ എത്തിപ്പിടിക്കാൻ
ചീറിപ്പായുന്ന ഒരു കൊടുങ്കാറ്റും.
തോറ്റ ടീമിന്റെ മധ്യനിര
ആകാശത്തോടും ഭൂമിയോടും
ഒറ്റയ്ക്കെതിർക്കുന്ന കടലാണ്.
ഏതു കപ്പലിനെയും
എത്ര നക്ഷത്രങ്ങളെയും
തകർത്തെറിയാൻ പോന്നതാണ്
ഉപ്പു നീറുന്ന ആ തിരമാലകൾ.
പ്രതിരോധനിരക്കാരുടെ കണ്ണുകൾ
ആഴങ്ങളിലേക്ക് തുളച്ചിറങ്ങുന്നു.
ഇടിഞ്ഞുനിറഞ്ഞ് ഇരച്ചുകയറിവരുന്ന
മഞ്ഞുപ്രവാഹങ്ങളെയത്രയും

ഒറ്റയടിക്ക് തട്ടുത്തുനിർത്താൻ
ആ നോട്ടം മാത്രം മതി.
തോറ്റ ഗോൾകീപ്പറാണ്
ഈ ഭൂമിയിലെ
ഏറ്റവും സുന്ദരനായ മനുഷ്യൻ.
കീറിയ കൈയുറകളെ ഒരിക്കലും
തിരിഞ്ഞുനോക്കാത്ത അവന്റെ
തലയ്ക്കുചുറ്റും കറുത്ത മാലാഖമാർ
പ്രകാശവലയം നെയ്തിടുന്നു.
അതെ, സൂക്ഷിച്ചുനോക്കുമ്പോൾ
തോറ്റ ടീമിന്റെ നിൽപ്പിനാണ്
എന്നും ഒരുപടി ഉയരം കൂടുതൽ.

പട്ടാളക്കാരൻ

എനിക്കൊരു പട്ടാളക്കാരനെ അറിയാം.
അവന്റെ പേരറിയില്ല.
അവന്റെ വാരിയെല്ലുകളിൽ
എത്ര പൂക്കളുണ്ടെന്ന് ചോദിച്ചാൽ
ഞാൻ പറഞ്ഞുതരാം.
അവന്റെ തൊപ്പിയിൽ
എത്ര നക്ഷത്രങ്ങളുണ്ടെന്നല്ല.
മഴ മരിച്ച റെയിൽവേ പ്ലാറ്റ്ഫോമിൽ
ഞാനവനെ കണ്ടിട്ടുണ്ട്.
അവൻ യുദ്ധഭൂമിയിലേക്ക്
പുറപ്പെട്ടുകയാണ്.
ഓർമകളുടെ വീടിനെയും
ചിരികളുടെ തെരുവിനെയും
പിന്നിലാക്കിക്കൊണ്ട്.
അവനെ നോക്കി
ചാരനിറമുള്ള ഒരു പ്രാവ്
പ്രാർഥന പോലെയെന്തോ
തറക്കല്ലുകളിലേക്ക് കുടയുന്നുണ്ട്.
അവൻ തിരിഞ്ഞുനോക്കാൻ പാടില്ല.
അവനെയുംകൊണ്ട്
തീവണ്ടി ഓടിത്തുടങ്ങുന്നു.
അവന്റെതന്നെ കുട്ടിക്കാലം
ഒരു ചുവന്ന ബലൂണുംകൊണ്ട്
പിന്നാലെ പാഞ്ഞു തളരുന്നു.
രാത്രിയുടെ മുനമ്പിലെ
കാവൽമാടങ്ങളിലും അവനുണ്ട്.
അവന്റെ മുറിവുകളിൽ
കവിത വാർന്നൊഴുകുന്നുണ്ട്.
അവന്റെ കൈയിലെ തോക്ക്
ആലോചിക്കുന്നതെന്തെന്ന്
എനിക്കറിയില്ല.
പക്ഷേ, അതിന്റെ കുഴലിനുള്ളിൽ

എന്നെ വിശ്വസിക്കരുത്

കൂട്ടുവെച്ചുറങ്ങുന്ന
രാപ്പാടിയുടെ മിടിപ്പറിയാം.
അവൻ കത്തുകളെഴുതാറുണ്ട്.
അവന്റെ കത്തിലെല്ലാം
അക്ഷരങ്ങൾ ചിരിച്ചുകാട്ടുന്നു.
നനയുമ്പോൾ കയ്പ്പു പടരുന്ന
മഷിയുടെ കറുത്ത ചിരി.
അതിർത്തിയിൽ ഉറങ്ങാതെ കിടന്ന്
അവൻ നക്ഷത്രങ്ങളെ നോക്കുന്നു.
കാറ്റവന്റെ കവിളുകളിൽ
ആറാത്ത നിലാവൊപ്പുന്നു.
കാട്ടുചെടികളുടെ കല്ലറയിലും
ഞാനവനെ കണ്ടിട്ടുണ്ട്.
മരിച്ചുകിടക്കുമ്പോഴും
അവന്റെ കുട്ടിക്കാലം
ചുറ്റിപ്പറ്റിനിൽപ്പുണ്ട്, തൊട്ടടുത്ത്.
അവന്റെ കൺപോളകളിൽ
മലനിരകൾ അനങ്ങുന്നുണ്ട്.
ചിറകു നിവർത്താത്ത ഉമ്മകളും
ഉടുപ്പഴിക്കാത്ത വാക്കുകളും
അവന്റെ നിഴലിൽ പറ്റിക്കിടക്കുന്നു.
അവന്റെ ഹൃദയമിപ്പോൾ നീലയാണ്.
അതിൽ പഴയതെന്തോ
കവിത പോലെ
മിടിക്കാൻ ശ്രമിക്കുന്നു.
ഒരു പട്ടാളക്കാരനുണ്ട്;
എനിക്കവനെ അറിയാം.
അവന്റെ രാജ്യമേതെന്നറിയില്ല.
അവന്റെ ഭാഷയുമറിയില്ല.
എന്നാൽ, ഒന്നറിയാം...
അവന്റെ ഓരോ ശ്വാസത്തിലും
അതിർത്തികളില്ലാത്ത ഒരു ഭൂമിയുടെ
കുതറുന്ന ചിറകടികളുണ്ട്.

ഇത് വിഷാദത്തിന്റെ ഋതുവാണ്

ഞാൻ സ്കൂളിലേക്കിറങ്ങുന്നു.
അവിടെ എന്നെ കാത്തിരിക്കാൻ
ആരുമില്ലാതായിരിക്കുന്നു...
എനിക്ക് കാത്തിരിക്കാനും.
നീ എന്തുകൊണ്ട് വിഷാദിയായി?
എല്ലാവരും എന്നോട് ചോദിക്കുന്നു.
നീ എന്തുകൊണ്ട് വ്യത്യസ്തയായി?
ഞാൻ മുഖം തിരിക്കുന്നു.
തകർന്ന ഹൃദയം മഷിയൊലിപ്പിക്കും.
എന്റെ കവിതകൾക്ക്
വേലിയേറ്റത്തിന്റെ നിറമാണ്.
യൂനിഫോമിന്റെ കീറലുകളിലൂടെ
മുറിവുകൾ ചിരിക്കുന്നു.
എന്റെ വിരലുകളിലാകെ
വേരുകളില്ലാത്ത വെറുപ്പ്.
കാലത്തിന്റെ ആൾക്കൂട്ടത്തിൽ നിന്നും
ഏകാന്തതയുടെ മുഖം
ആദ്യമായി തിരിച്ചറിയുന്നതിന്റെ
ആവേശം വ്യഥയായി വലിയുന്നു.
നെഞ്ചിലെ ചർമത്തിനടിയിൽ, ഇവിടെ
ഞാനൊരു കത്തി സൂക്ഷിച്ചിട്ടുണ്ട്.
പൊട്ടിച്ചിരിക്കുമ്പോഴൊക്കെ അത്
ഹൃദയത്തിലുരയുന്നുണ്ട്.
എന്നിട്ടും എല്ലാവരും
ആവർത്തിച്ചുകൊണ്ടിരിക്കുന്നു.
നീ എന്തുകൊണ്ട് വിഷാദിയായി?

ഹെന്നിന്റെ ഒരു വർഷവും ഒരു ദിവസവും

ഹെന്നിന്റെ ചരിത്രം
ആരും രേഖപ്പെടുത്തിയില്ല.
അവളുടെ പേരിന്
രാജ്ഞിയെന്നായിരുന്നു അർഥം.
ഹെന്നിന്റെ ഉടുപ്പുകൾ
എന്നും പരുക്കനായിരുന്നു.
അവളുടെ ചുവന്ന തലയിൽ
സൂര്യൻ അസ്തമിക്കാൻ വിസമ്മതിച്ചു.
വിശപ്പിന്റെ വീഞ്ഞ്
കറപിടിപ്പിച്ച ബാല്യത്തെ അവൾ
അസ്ഥികൾ കൊണ്ടുഴുത പാടത്ത്
കരയാതെ ഉണങ്ങാനിട്ടു.
പ്രഭുവിന്റെ കിരീടത്തിനു മുന്നിൽ
അവൾ ജന്മനാ കുറ്റവാളിയായിരുന്നു.
ഹെന്നിന്റെ ഓടിപ്പോക്ക്
നക്ഷത്രങ്ങളാൽ പ്രവചിക്കപ്പെട്ടിരുന്നു.
അവൾ പാപത്തിന്റെ മകളും
പാപത്തിന്റെ അമ്മയുമായിരുന്നു.
അവളുടെ കാലടികൾ അടുക്കുമ്പോൾ
ഇലകൾ ചെവി വട്ടംപിടിച്ചിരുന്നു.
അമ്പേറ്റ മാനുകളുടെ ഒരു ശ്രദ്ധസംഘം
അവൾക്കു വേരുപടലങ്ങളിൽ
സ്വന്തമായുണ്ടായിരുന്നു.
ഋതുക്കൾതോറും അവൾ
കൊടുങ്കാറ്റിന്റെ ഭ്രൂണമായിരുന്നു.
വേലിയിലെ പൂക്കൾക്ക്
ഹെൻ മന്ത്രങ്ങളുരുവിട്ടുകൊടുത്തു.
അവളുടെ ഓടിപ്പോക്ക്
മാളികയ്ക്കുമേൽ ഇടിമിന്നലിളക്കി.
അവളുടെ നിഴലിനു പോലും

മുറിവേറ്റ വീറുണ്ടായിരുന്നു.
ഒരു വർഷത്തിനും ഒരു ദിവസത്തിനും* വേണ്ടി
അവൾ ഒരു ജീവിതത്തെ ചെരിപ്പാക്കി.
അതിരുകളില്ലാത്തപ്പോൾ അവൾക്ക്
കോപത്തിന്റെ വേഗമായിരുന്നു.
ഹെന്നിനൊരു കുഞ്ഞുണ്ടായിരുന്നു.
അത് ആൺകുഞ്ഞാണോ
അതോ പെൺകുഞ്ഞാണോ എന്ന്
അവൾക്കറിയില്ലായിരുന്നു.
സ്വാതന്ത്ര്യത്തിന്റെ കാറ്റ്
അവളുടെ ഞരമ്പുകളെ
പ്രകമ്പനം കൊള്ളിച്ചു.
ഭദ്രാസനപ്പള്ളികളുടെ ജനലുകൾ
അവളുടെ തുറിച്ചുനോട്ടത്തിൽ
നിറംമാറി.
അവളുടെ ശ്വാസം
കാലത്തിനുമേൽ വിറ പടർത്തി.
അവൾ ഒരു
തിര പൊട്ടിയ കടലിന്റെ
സാന്നിധ്യമായിരുന്നു.
ഹെന്നിന്റെ ഗന്ധം
വെളിച്ചത്തെ ഉണർത്തി.
നിലാവിന്റെ കണ്ണുകളിലായിരുന്നു
അവളുടെ ഒളിയിടങ്ങൾ.
അവളുടെ തൊണ്ടയിലെ മുൾച്ചെടികൾ
പൂത്തു ചുവന്നു തെറിച്ചുകൊണ്ടിരുന്നു.
അവളുടെ വിരലുകൾക്ക്
അതിരില്ലായിരുന്നു.
അവൾ വജ്രങ്ങൾക്കുമേൽ തുപ്പി
വിത്തുകളിൽ കിടന്നുറങ്ങി.

---

* പഴയകാല ഫ്യൂഡലിസ്റ്റ് യൂറോപ്പിൽ പ്രഭുക്കൻമാർക്കു കീഴിൽ ധാരാളം കർഷകരുണ്ടായിരുന്നു. പട്ടണങ്ങളുടെ വളർച്ചയോടുകൂടി, ഈ അടിയാളവിഭാഗക്കാരിൽ പലരും അവിടങ്ങളിലേക്ക് ഓടിപ്പോയി ഒളിച്ചുതാമസിക്കാൻ തുടങ്ങി. യജമാനനാൽ പിടിക്കപ്പെടാതെ ഒരു വർഷവും ഒരു ദിവസവും ഒളിവുജീവിതം നയിക്കാൻ സാധിച്ചാൽ അവർ സ്വതന്ത്രരാകുമായിരുന്നു.

ഒരു വർഷം കഴിഞ്ഞ്
ഒരു ദിവസത്തിനു മുൻപ്
ഹെൻ പിടിക്കപ്പെട്ടിരുന്നു.
ചങ്ങലകൾക്ക് അവളെ
പരിചയമായിരുന്നു.
അവ അവളുടെ കുഞ്ഞിനെയും
പതുക്കെ പരിചയപ്പെട്ടു.
ഭീഷണികൾക്കു മുന്നിൽ
ഉടുപ്പുകളഴിച്ച ഹെൻ
മുറിവുകളുടെ സാമ്രാജ്യം
സ്വതന്ത്രമാക്കി.
വൻകരയൊന്നാകെ
അവൾക്കു മുന്നിൽ നിശ്ചലമായി.
ഇരുട്ടിലേക്കു മടങ്ങുമ്പോൾ
അവൾക്കു ഭയമില്ലായിരുന്നു.
ഹെൻ ഭൂമിയുടെ
കൈക്കുടന്നയിൽ നിന്നും
കുതറിച്ചാടിയ ജലമായിരുന്നു.
അതെ, അവളുടെ ചരിത്രം
ആരും ഒരിക്കലും രേഖപ്പെടുത്തിയില്ല.

www.ingramcontent.com/pod-product-compliance
Lightning Source LLC
LaVergne TN
LVHW090411051026
849518LV00006B/2316
9789355179272